The book primarily attempts to introduce those whose mother tongue is not Telugu to learning of Telugu by the most natural and the simplest method. It adopts the scientific approach, introducing alphabets, words, sentences in that order and application of these in the most common situations of daily life. Situational sentences and conversational sentences selected for the book reflect the maximum possible commonness of Indian languages and Indian culture.

LANGUAGE SERIES

Learn Hindi in 30 days through English	95.00
Learn Kannada in 30 days through English	60.00
Learn Tamil in 30 days through English	60.00
Learn Telugu in 30 days through English	60.00
Learn Malyalam in 30 days through English	60.00
30 Din Main Agnreji Seekhen Hindi Se	75.00
Learn English in 30 days through Kannada	60.00
Learn English in 30 days through Tamil	60.00
Learn English in 30 days through Telugu	60.00
Learn English in 30 days through Malyalam	60.00
Dynamic Memory English Speaking Course (Hindi) *(With CD)*	150.00
Dynamic Memory English Speaking Course (Bengali)	150.00
Dynamic Memory English Speaking Course (Gujarati)	150.00
Dynamic Memory English Speaking Course (Nepali)	150.00
Dynamic Memory English Speaking Course (Assamese)	150.00
Dynamic Memory English Speaking Course (Marathi)	150.00
Dynamic Memory Letter Drafting Course	95.00
Learn Nepali through English	20.00
Learn English through Gujarati in Thirty Days	50.00
Learn Assamese through English	30.00
Learn English Through Assamese	30.00
P. Machwe	
Learn & Speak 15 Indian Languages	60.00

DICTIONARIES

Diamond Hindi Thesaurus	250.00
Diamond English-English-Hindi	250.00
Diamond Hindi-English Dictionary	250.00
Diamond Little English Dictionary	170.00
Diamond Pocket English Dictionary	110.00
Diamond English English-Hindi Dictionary	250.00
Diamond Learners' English-English-Hindi Dictionary	180.00
Diamond Hindi-English Dictionary	250.00
Diamond Hindi-English Dictionary	110.00
Diamond Hindi Shabdakosh	250.00
Diamond Hindi Shabdakosh	100.00
Diamond Anglo-Assamese Pocket Dictionary *(2 Colour)*	60.00
Diamond Anglo-Assamese Pocket Dictionary	40.00
Diamond Hindi Dictionary *(Student Edition)*	40.00

DIAMOND POCKET BOOKS (P) LTD.

X-30, Okhla Indl. Area, Ph-II, New Delhi-20, Phone: 41611861, Fax: 41611866,
E-mail: sales@diamondpublication.com, Website: www.diamondpublication.com

LEARN TELUGU IN 30 DAYS THROUGH ENGLISH

Chief Editor
Krishna Gopal Vikal

Editor : Telug Edition
Gouripati Rao & C. Chethuna

DIAMOND BOOKS

ISBN : 81-288-1188-6

Published by : **Diamond Pocket Books (P) Ltd.**
X-30, Okhla Industrial Area, Phase-II
New Delhi-110020
Phone : 011-41611861-65, 40712100
Fax : 011-41611866
E-mail : sales@dpb.in
Website : www.dpb.in
Edition : 2009
Printed by : Adarsh Printers, Shahdara, Delhi-32

LEARN TELUGU IN 30 DAYS THROUGH ENGLISH

By : Krishna Gopal Vikal/Telugu Edition by Gowripati Rao & C. Chethuna

---

Dedicated to

Dr. Ashok Ramchandra Kelkar
Renowned Philologist of India
whose advice was the source of inspiration

A WORD FROM THE PUBLISHER

We are glad to announce that with a view to strengthening the unity of our country, we shall be publishing the book-series 'LEARN THE NATIONAL LANGUAGES' to enable people of this country to learn any Indian language other than his mother tongue, through the medium of English.

Each book of the series will be divided in five parts. The first two parts will cover the basic knowledge about the language concerned and the rest will be devoted to conversational aspects and practical application of the language.

The books will be prepared under the able guidance of the well-known author and editor of several books, Shri Krishna Gopal Vikal, who is the chief editor of this book and he will be assisted by Shri Amitabh Dhingra. Format and scheme of all books will be the same as that of this book and each book will be prepared in close consultation with the topmost linguists of the language concerned.

We hope this series will bring together the people of various parts of our country promoting mutual understanding and fostering national unity. We hereby present the first book 'Diamond Telugu Learning and Speaking Course'.

– Publisher

FORWORD

The greatest sensation of life is to learn a language. One has to closely watch a child going through this experience, to be convinced of this. Every time he learn a new word or construction from mother, father or other relatives, his heart is filled with wonder, excitement, thrill and creative urge and he toys with its various forms and tones bringing into play all the creative forces within him.

To learn a new language is to re-enter this wonderful experience of life, opening infinite opportunities for creative action. Besides, in a fast expanding world transcending all barriers of colour, caste, religion and language, a new language is an essential tool of life.

The book primarily attempts to introduce those whose mother tongue is not Telugu to learning of Telugu by the most natural and the simplest method. It adopts the scientific approach, introducing alphabets, words, sentences in that order and application of these in the most common situations of daily life. Situational sentences and conversational sentences selected for the book reflect the maximum possible commonness of Indian languages and Indian culture. The purpose is that the learner during the process of learning should be sufficiently equipped to converse and transact with a very vast section of Telugu speaking people throughout India and abroad.

The book can also be helpful to foreigners who are on visit to India as tourists, scholars, diplomats and businessmen as it would enable them to move about in different parts of the country transending the language barriers.

We hope the book will serve the purpose. It will be popular among the youngsters as well as the serious language learner. We are grateful to Shri Narendra Kumar, Director of Diamomd Pocket Books, who has wisely taken special initiative to bring out this very useful series. We also express out gratitute to the persons concerned with proof-reading, printing and production of the book.

– Krishna Gopal Vikal
Amitabh Dhingra
Gouripati Rao & C. Chethuna

CONTENTS

PART-4–SITUATIONAL SENTENCES

PART-5–CONVERSATION

APPENDIX

PART 1
ALPHABET

1ST STEP 1వ పాఠము

WELCOME YOU ALL

మీకు స్వాగతం

This book is in your hands. It means that you intend to learn Telugu. It is a matter of pleasure to us.

Of all the languages of India, Telugu is one of the most popular South Indian languages. It is one of the Dravidian languages. It has a vast and rich literature. It is a phonetic language. Telugu has a special place in the family of Indian languages. It is the language in which most of the Carnatic lyrics are composed.

We welcome you all for your praiseworthy enthusiasm and fully assure you of success. You will move on continually–step by step until you reach your destination. Let us start our journey.

Sentences of Greetings in Conversation

In Telugu, there are no separate clauses for timely salutations as in English, like 'Good morning', 'Good evening', 'Good night' etc. We say every time we meet నమస్కారం (Namaskaram) or నమస్తే (Namaste), etc.

While meeting ఇతరలను కలిసినప్పుడు

Good morning, Sir!	నమస్కారం	Namaskāraam !
Good morning Madam!	నమస్కారం, మేడం	Namaskāram mēḍaṃ !
Good afternoon, my friend!	నమస్తే స్నేహితుడా	Namastē Snēhituḍā
Good afternoon, brother!	నమస్తే సోదరుడా	Namastē Sōdaruḍā
Good evening, boss!	నమస్కారం బాస్	Namaskāraṃ Bās
Good evening, my comrade!	నమస్కారం కామ్రేడ్	Namaskāraṃ comrade!
Good night, sister!	శుభరాత్రి సోదరి	Śubharātri Sōdari

While departing వెళ్ళేటప్పుడు

Good bye, my child!	వెళ్ళి వస్తాను అమ్మాయి/ అబ్బాయి	Veḷḷi Vastānu ammāyi/ abbāyi
Bye bye!	వెళ్ళి రండి	Veḷḷi Rāṇḍi
Ta-Ta!	టాటా	ṭā ṭā!
Good bye!	గుడ్ బై	Guḍ bai!

Good wishes శుభాకాంక్షలు

Happy Diwali!	దీపావళి శుభాకాంక్షలు	Dīpāvaḷi Śubhākāṅkṣalu
Happy Pongal	సంక్రాంతి శుభాకాంక్షలు	Saṅkrānti Śubhākāṅkṣalu
Happy Ugadi !	యుగాది శుభాకాంక్షలు	Yugādi Śubhākāṅkṣalu
Happy X-mas!	క్రిస్మస్ శుభాకాంక్షలు	Krismas Śubhākāṅkṣalu

REMARKS చెప్పుకో తగిన విషయములు

In Telugu, all can say నమస్కారం (Namaskāraṃ) or నమస్తే (Namastē) in salutation. There are no specific terms in Indian languages which are similar to English terms like 'good morning, good afternoon and good night etc.

2ND STEP 2వ పాఠము

ALPHABET

లిపి

Telugu language is based on the Bhrami script and shares similarity with Kannada script.

Telugu alphabets consist of vowels and consonants which are 17 and 35 respectively. The vowels have Anuswara and Visarga as అం and అః

Here we are going to deal with vowels.

VOWELS అచ్చులు

అ	ఆ	ఇ	ఈ	ఉ	ఊ	ఋ
a	ā	i	ī	u	ū	ṛi
ౠ	ఎ	ఏ	ఐ	ఒ	ఓ	ఔ
ṛī	e	ē	ai	o	ō	au
aṅ	aḥ					
అం	అః					

Recognise and pronounce—

ఉ	ఊ	అ	ఆ
ఒ	ఔ	అం	అః
ఇ	ఈ	ౠ	

1. In Telugu, there are two classes of vowels:
    (i) Short (Hrasva హ్రస్వ) and (ii) long (Sandhi దీర్ఘ) vowels

(i) **Short vowels** (హ్రస్వస్వరములు)

అ	ఇ	ఉ	ఎ	ఒ
a	i	u	e	o

(ii) **Long vowels (Deergha swara** (దీర్ఘ స్వరమవలు)

ఆ	ఈ	ఊ	ఏ	ఓ
ā	ī	ū	ē	ō
ai	ou			
ఐ	ఔ			

3. Short vowels are to be pronounced short and long vowels, long. Let us learn how to pronounce the vowels.

Letter	*Pronunciation*	*Remarks*
అ	(Short) a	sounds like short 'a' as in **sub.**
ఆ	(long) ā	sounds like long 'ā' as in **far.**
ఇ	(short) i	sounds like short 'i' as in **is.**
ఈ	(long) ī	sounds like long 'ī' as in **meet.**
ఉ	(short) u	sounds like long 'ī' as in **put.**
ఊ	(long) ū	sounds like long 'ū' as in **wool.**
ఋ	(short) rī	sounds like 'ri' as in **rib.**
ఎ	(short) e	sounds like 'e', as in **say.**
ఏ	(long) ē	sounds like 'ē', as in **saying.**
ఐ	(diphthong) ai	sounds like 'ai' as in **aim.**
ఒ	(short) o	sounds like 'o' as in **word.**
ఓ	(long) ō	sounds like 'ō' as in **Note.**
ఔ	(diphthong) au	sounds like 'an' as in **shout.**
అం	(long) aṅ	sounds like 'un' as in **hunger.**
అః	(long) ah	sounds like 'h' as in **ah.**

REMARKS చెప్పుకో తగిన విషయములు

* **ఋ is different from ర in pronunciation. Actually ఋ is used in writing only Sanskrit words.**
* **అం and అః are not vowels, but semi-consonants। For the sake of convenience, these areplaced among vowels.**

3RD STEP 3వ పాఠము

CONSONANTS

హల్లులు

There are 35 consonants in Telugu some are peculiar to Telugu, and they have no equivalents in English.

The consonants reproduced below are in the manner in which they are generally found in Telugu books.

క	ఖ	గ	ఘ	ఙ	చ	ఛ	జ	ఝ	ఞ
ka	**kha**	**gā**	**gha**	**ṅa**	**cha**	**chha**	**ja**	**jha**	**ña**
ట	ఠ	డ	ఢ	ణ	త	థ	ద	ధ	న
ṭa	**ṭh**	**ḍa**	**ḍha**	**ṇa**	**ta**	**tha**	**da**	**dha**	**na**
ప	ఫ	బ	భ	మ		య	ర	ల	వ
pa	**pha**	**ba**	**bha**	**ma**		**ya**	**ra**	**la**	**va**
శ	ష	స	హ	ళ					
sha	**ṣha**	**sa**	**ha**	**ḷa**					

1. ఋ (ṛ) has its lengthened form ౠ (ṛu) but it rarely occurs either in spoken or written Telugu.
2. The consonants as shown above have the inherent sound of "అ" blended with them for the convenience of pronunciation. To write pure consonants, a pure consonant marker ్ is added.

క్+అ= క చ్+ఇ= చి క్+ఆ= కా త్+ఉ= తు etc.

4. The letters similar in shape and which have resemblence are given below:

అ ఆ ఇ ఈ ఉ ఊ

ఒ ఓ ఔ

Identify and pronounce—

గ	మ	భ	ర	స	ఖ	శ
వ	బ	క	థ	ఘ	డ	ధ
ట	ఐ	న	త	ధ	ఫ	ల
ష	శ	హ				

Pronunciation of consonants

6. Let us learn how to pronounce consonants.

Letter	***Pronunciation***	***Remarks***
క	ka	k, as in **king.**
ఖ	kha	ck-h, as in **black-hole** (but as a single sound).
గ	ga	g, as in **góvern.**
ఘ	gha	gh, as in **ghost.**
ఙ	ṅa	ng, as in **long.**
చ	cha	ch, as in **such.**
ఛ	chha	ch-h, as in **church-hill** (as a single sound).
జ	ja	j, as in **jug.**
ఝ	jha	ge-h, as in **large-hill** (as a single sound).
ఞ	ṅa	nya, as **lanyard** (as a single sound).
ట	ṭa	t, as in **tank.**
ఠ	ṭha	t-h, as in **short-hand** (as a single sound).As in Telugu word **shresta**

డ	ḍa	d, as in **day.**
ఢ	ḍha	d-h, as in **sand-hill** (as a single sound).
ణ	ṇa	n, as in **band**.
త	ta	t (softer than English **t:** similar to Italian pronunciation) As in Telugu word **Thatta**
థ	tha	th, as in **thumb.**
ద	da	id, as in **thus.**
ధ	dha	**aspirated** ద not found in English. As in Telugu word **Dharma.**
న	na	n, as in **nut.**
ప	pa	p, as in **panditt.**
ఫ	pha	ph, as a **loop hole** (as a single sound).
బ	ba	b, as in **bat.**
భ	bha	bh, as in **sub-house** (as a single sound).
మ	ma	m, as in **man.**
య	ya	y, as in **young.**
ర	ra	r, nearly as in **rate.**
ల	la	l, as in **love.**
వ	va	v or w, as in **vote** or **wine.**
శ	sha	sh, as in **shut.**
ష	ṣha	not found in English. Telugu word **Harsha**
స	sa	s, as in **some.**
హ	ha	h, as in **has.**
ళ	ḷa	as in Telugu word కళ్యాణి Kalyani
క్ష	ksha	as in Telugu word అక్షరం. It is not found in English.

Some important points to be remembered

1. ఙ, ఞ, ణ never come at the beginning of a word.
2. The use of అం, అః are called Ayogavakas in Telugu.

   - Anuswara and Visarga
3. ఖ ఘ ఛ ఝ ఠ ఢ ణ ధ ఫ భ and ష are consonants, which are peculiar to Telugu, and in fact, they have no equivalents in English. The accurate pronunciation of the above letters can only be mastered through practice.

4TH STEP 4వ పాఠము

HOW TO WRITE ALPHABETS

Telugu script is written from left to right just like the roman script. Let us begin to write the vowels and consonants.

VOWELS అచ్చులు

అ	ఆ	ఇ
ఈ	ఉ	ఊ
ఎ	ఏ	ఐ
ఒ	ఓ	ఔ
అం	అః	

CONSONANTS హల్లులు

క	ఖ	గ	ఘ	ఙ
చ	ఛ	జ	ఝ	ఞ
ట	ఠ	డ	ఢ	ణ
త	థ	ద	ధ	న
ప	ఫ	బ	భ	మ
య	ర	ల	వ	శ
ష	స	హ	ళ	క్ష

REMARKS చెప్పుకో తగిన విషయములు

1. **In this chapter, these are all the standardized Telugu letters. These must be compulsorily learnt.**
2. **Telugu script is written from left to right.**
3. **క్ష త్ర జ్ఞ are not consonants; these are conjuncts.**

5TH STEP 5వ పాఠము

VOWELS & THEIR ABBREVIATED FORMS

అచ్చులు, వాటి సంక్షిప్త రూపములు

In Telugu script, there are two forms of vowels—(i) Full forms, and (ii) Abbreviated or Adjunct forms. Here are the full forms and abbreviated forms of Telugu vowels—

Full Forms : అ ఆ ఇ ఈ ఉ ఊ ఎ ఏ ఐ ఒ ఓ ఔ అం అః Abbreviated Forms : ి ా ం ః ు ూ ృ ౄ ె ే ై

Full forms of vowels are employed separately.

For example:

రా, రే, రి, రీ

Adjuncts are used in combination with the characters of preceding consonants. For example క్త, క్తా క్తే

These are abbreviated forms of vowels. These are called **Mātrās**.

Combination of Abbreviated Forms of Vowels (Mātrās) with Consonants

2. Let us combine the intra-syllabic forms of all vowels (మాత్రలు) with consonants క (**Ka**).

క	కా	కి	కీ	కు	కూ	కృ	కె	కే	కై	కొ	కో	కౌ	కం	కః
ka	kā	ki	kī	ku	kū	kṛ	kē	kē	kai	ko	kō	kau	kam	kaḥ

Thus the Matrās can be combined with all preceding consonants. Now we elaborate this combination.

ఖ	ఖా	ఖి	ఖీ	ఖు	ఖూ	ఖృ	ఖె	ఖే	ఖై	ఖొ	ఖో	ఖౌ	ఖం	ఖః
kha	khā	khi	khī	khu	khū	khṛ	khe	khē	khai	kho	khō	khau	kham	khaḥ
గ	గా	గి	గీ	గు	గూ	గృ	గె	గే	గై	గొ	గో	గౌ	గం	గః
ga	gā	gi	gī	gu	gū	gṛ	ge	gē	gai	go	gō	gau	gam	gaḥ
ఘ	ఘా	ఘి	ఘీ	ఘు	ఘూ	ఘృ	ఘె	ఘే	ఘై	ఘొ	ఘో	ఘౌ	ఘం	ఘః
gha	ghā	ghi	ghī	ghu	ghū	ghṛ	ghe	ghē	ghai	gho	ghō	ghau	gham	ghaḥ
చ	చా	చి	చీ	చు	చూ	చృ	చె	చే	చై	చొ	చో	చౌ	చం	చః
cha	chā	chi	chī	chu	chū	chṛ	che	chē	chai	cho	chō	chau	cham	chaḥ
ట	టా	టి	టీ	టు	టూ	టృ	టె	టే	టై	టొ	టో	టౌ	టం	టః
ta	tā	ti	tī	tu	tū	tṛ	te	tē	tai	to	tō	tau	tam	taḥ
త	తా	తి	తీ	తు	తూ	తృ	తె	తే	తై	తొ	తో	తౌ	తం	తః
ta	tā	ti	tī	tu	tū	tṛ	te	tē	tai	to	tō	tau	tam	taḥ
ప	పా	పి	పీ	పు	పూ	పృ	పె	పే	పై	పొ	పో	పౌ	పం	పః
pa	pā	pi	pī	pu	pū	pṛ	pe	pē	pai	po	pō	pau	pam	paḥ
య	యా	యి	యీ	యు	యూ	-	యె	యే	యై	యొ	యో	యౌ	యం	యః
ya	yā	yi	yī	yu	yū	-	ye	yē	yai	yo	yō	yau	yam	yaḥ
ర	రా	రి	రీ	రు	రూ	-	రె	రే	రై	రొ	రో	రౌ	రం	రః
ra	rā	ri	rī	ru	rū	-	re	rē	rai	ro	rō	rau	ram	raḥ
ల	లా	లి	లీ	లు	లూ	లృ	లె	లే	లై	లొ	లో	లౌ	లం	లః
la	lā	li	lī	lu	lū	lṛ	le	lē	lai	lo	lō	lau	lam	laḥ
వ	వా	వి	వీ	వు	వూ	వృ	వె	వే	వై	వొ	వో	వౌ	వం	వః
va	vā	vi	vī	vu	vū	vṛ	ve	vē	vai	vo	vō	vau	vam	vaḥ
శ	శా	శి	శీ	శు	శూ	శృ	శె	శే	శై	శొ	శో	శౌ	శం	శః
sha	shā	shi	shḥ	shu	shū	shṛ	she	shē	shai	sho	shō	shau	sham	shaḥ

స	సా	సి	సీ	సు	సూ	సృ	సె	సే	సై	సొ	సో	సౌ	సం	సః
sa	sā	si	sī	su	sū	sṛ	se	sē	sai	so	sō	sau	sam	saḥ
హ	హా	హి	హీ	హు	హూ	హృ	హె	హే	హై	హొ	హో	హౌ	హం	హః
ha	hā	hi	hī	hu	hū	hṛ	he	hē	hai	ho	hō	hau	ham	haḥ

etc.

Making words by combining vowels with consonants

Let us combine the vowels with consonants and make words. Thus we shall attain the knowledge of various sounds of Telugu language and learn the meaning of many words.

(i) Combining the vowel అ (ā) with consonants

Combination of అ will be likewise—

అమ్మ **appudu,** mother

అతడు **atadu,** he

అప్పుడు **appudu,** then

అట్లాగే **atlaage,** thus

అంతలోగా **antaloga,** by then

(ii) Combining the vowel ఇ(i) with consonants

When joined to a consonant, original vowel ఇgives place to its sign which is used before the consonants concerned.

ఇల్లు **illu,** house ఇనుము **inaumu,** iron

ఇట్లాగే **itlaage,** in this manner

ఇంతలో **inthalo,** meanwhile

ఇప్పట్లో **ippatlo,** in near future

(iii) Combining the vowel ఈ (ī) with consonants

Combination of ఈ (i) will be likewise—

ఈదురుగాలి **īduru gaali,** whirl wind, మీరా **mīra,** meera

(iv) Combining the vowel ఉ (u) with consonants

ఉ **(u)**

గుణము **gunamu,** quality | విను **vinu,** listen

గులాబీ **gulaabi,** rose | వాయు **vaayu,** air

ఊ **(ū)**

ఊసరవల్లి **ūsaravalli,** chameleon | మూడు **mūdu,** three

మైసూరు **mysūru,** Mysore | రూపాయి **rūpaayi,** one rupee

(v) Combining the vowel ఋ (ṛi) with consonants

The pronunciation of ఋ– is very near to the pronunciation of 'ri' in English word **'bridge'.** Its pronunciation is somewhere between ఉ & ఈ. Actually a bit near to ఇ. But in Telugu, it is usually pronounced as కృతి (kriti).

There are some examples in which the combination of ఋ with different consonants can be seen.

కృతి **kriti,** composition | కృష్ణ **krishna,** krishna

కృషి **krishi,** effort | గృహము **grihamu,** home

(vi) Combining the vowel ఎ(e) with consonants

ఎ **(e)**

ఎక్కడ **ekkada,** where | ఎటు **etu,** in which direction

ఋ **enta,** howmuch | ఎవరు **evaru,** who

ఏ **(ē)**

దేశము **dēshamu,** country | సేద్యము **sēdyamu,** farming

సేవ **sēva,** service | సేన **sēne,** army

(vii) Combining the vowel ఐ (ai) with consonants

ఐ **(ai)**

మైల **maila,** dirty | - **daihika,** bodily

మైత్రి **maitri,** friendship | - **gairu,** absent

ఒ **(o)**

ఒకటి **okati,** one | గొరిల్ల **gorilla,** gorilla

బొమ్మ **bomma,** doll

ఒంటి **onti,** single

(viii) Combining ఓ (ō) with consonants

భోజనము **bhōjanamu,** meal

పోయుట **pōyuta,** gone

తోరణము **tōranamu,** festoon

కోణము **kōnamu,** angle

(ix) Combining ఔ (ou) with consonants-

ఔదార్యము **oudaaryamu,** generosity

ఔన్నత్యము **ounnatyamu,** high position

Combining the semi-vowels ఉభయాక్షరాలు [అయోగవాహక] *with consonants*

In Telugu, there are three (semi-vowels)—

(i) అనుస్వార (Anuswar)—It is placed beside the vowel (e.g., అంగ) or consonant + vowel, after which it is pronounced

(ii) విసర్గ (Visarga)—It is placed after the vowel or consonant + vowel (e.g., దుఃఖము, పునః etc.). It is used with the Sanskrit words.

(iii) అరసున్న (ఁ) arasunna)—anyway this is not in use in modern Telugu.

Let us have some words having Anuswara and visargas.

అనుస్వర(ం)

ఎంత **eṅta,** how much

వంకాయ **vaṅkaaya,** brinjal

గంధము **gaṅdhamu,** sandal

పండు **paṅdu,** fruit

విసర్గ (ః)

దుఃఖము **duḥkhamu,** sorrow

పునః **punaḥ,** again

REMARKS చెప్పుకో తగిన విషయములు

1. **The vowel ఋ is a very rare character in Telugu. It is not used in modern Telugu usage.**
2. **There are 3 semi-vowels in Telugu - Am, Ah and Arasunna. The third one is used for Sanskrit words.**
3. **Mostly the visarga is used in Sanskrit words, as in దుఃఖము**

6TH STEP 6వ పాఠము

CONJUNCTS

సంయుక్తాక్షరాలు

Conjuncts సంయుక్తాక్షరము . When two or more consonants have no vowels between them and they are pronounced together, they are called conjuncts.The first consonant will be written and pronounced in full while the latter is written half and pronounced full.

As— గ్+వ= గ్వ; ద్+ద= ద్ద; ష్+త=ష్ట; క్+ర=క్ర

(a) ˇ తలకట్టు (talakattu will be dropped from the primary consonantal symbol and then˚) as— క+ఇ=కి

(b) Some letters and their subscripts will have curves on top part of the consonant. as— గ+ఇ= గి, డి, ది, ని, రి etc.,

(c) In the case of the primary symbols where the talakattu - top line - is not overtly marked for ఇ, a small circle is added to the right-hand side of the letters. As— ఖ+ఇ=ఖి, జ+ఇ=జి,etc.,

(d) (Consonants and subscripts in the following characters are added to the right side top of the letters : As—ఙ+ఇ=ఙి, ఞ+ఇ=ఞి etc.,

Apart from these look at the following consonants and their *ottus* - *subscripts*- in their order.

క్క ఖ్ఖ గ్గ ఘ్ఘ

చ్చ ఛ్ఛ జ్జ ఝ్ఝ

ట్ట ఠ్ఠ డ్డ ఢ్ఢ

ణ్ణ త్త థ్థ ద్ద ధ్ధ న్న

ప్ప ఫ్ఫ బ్బ భ్భ మ్మ

య్య ర్ర ల్ల వ్వ శ్న

ష్ట స్ప హ్మ ళ్ళ

The consonants which haye different combination of differnt *vottus*.

క్త క్ర గ్న ప్మ

న్మ క్ప జ్ఞ ట్ర

మ్న ప్న మ్ప ల్మ

ర్య ప్ర హ్న క్ష

Let us learn some words constituted with various conjuncts.

(క్)	భక్తి **bhakti,** devotion	శక్తి **shakti,** power
(ఖ్)	సంఖ్య **sankhya,** number	ముఖ్య **mukhya,** chief
(స్)	స్థితి **sthiti,** position	ఉపస్థిత **upasthita,** present
(గ్)	యోగ్యం **yogyam,** deserving	భాగ్యం **bhāgyam,** fortune
(ద్)	విద్యా **vidyā,** education	ద్వారా **dvārā,** by, through
(త్)	ప్రయత్నం **prayatnam,** effort	సత్యం **satyam,** truth
(న్)	అన్యాయం **anyāyam,** injustice	అన్నం **annam,** food/rice
(చ్)	వచ్చింది **vacchindi,** has come	ముచ్చట **mucchata,** pleasantness
(ట్)	కొట్టు **khottu,** beat	గుడ్డ **gudda,** clothes
(డ్)	అడ్డం **addām,** obstacle	
(ర్)	వర్షం **varṣām,** rain	
(ష్ట్ర)	రాష్ట్రం **rāstram,** nation	

REMARKS చెప్పుకో తగిన విషయములు

1. **క్ష త్ర జ్ఞ are additional letters. They are conjuncts.**
2. **The first consonant will be written and pronounced in full while the latter is written half and pronouned full.**
   Ex:- క్క, చ్చ, గ్గ
3. **The usage of ళ - ḷa *ottu* is different in Telugu. For second ళ, the first ల - la *Vottu* is given. ళ్ల**

7TH STEP 7వ పాఠము

PARTS OF SPEECH

శబ్ద భేధములు

1.A sentence consists of two parts—విషయం (Subject) and విధేయ విషయం (Predicate).

Thus, every word in a sentence performs a definite function.

2. There are eight categories of classes of words which are called 'Parts of Speech'. They are—

1. నామవాచకము (Noun)
2. సర్వనామం (Pronoun)
3. విశేషణం (Adjective)
4. క్రియాపదం (Verb)
5. క్రియావిశేషణం (Adverb)
6. విభక్తి (Post-position)
7. సంధి (Conjunction)
8. ఆశ్చర్యార్థకము(Exclamation particles)

Noun

నామవాచకము

A **noun** is a word which is the name of anything.

There are three kinds of nouns in Telugu.

(i) వ్యక్తిత్వ వాచకం	Proper noun
(ii) జాతి వాచకం	Common noun
(iii) భావ వాచకం	Abstract noun

Examples of a Proper Noun:

Sita, Mumbai and Gopal are all proper nouns.

Sita is a woman	సీత ఒక స్త్రీ
Vizag is a city	విశాఖపట్నము ఒక పట్టణము

Examples of a Common Noun:

Man/woman, Town/village and book.

పురుషుడు/స్త్రీ, పట్టణము/గ్రామము, పుస్తకం

Examples of a Abstract Noun:

Honesty is the best policy

I remember my younger days

Honesty, younger days, realities denote quality, state of affairs or action respectively. Abstract nouns are formed from three different ways. These are common nouns, adjectives and verbs.

Common nouns	**Abstract nouns**
Enemy(శత్రువు)	Enemity (శత్రుత్వము)
Human (మానవుడు)	Humanity (మానవత్వం)
Friend (స్నేహితుడు)	Friendship (స్నేహము)
Boy (పిల్లవాడు)	Boyhood(చిన్ననాటి రోజులు)
Man (పురుషుడు)	Manhood (పురుషత్వము)
God (దేవుడు)	Godliness (దైవత్వము)

Forming of abstract nouns from adjectives

Abstract nouns

Cleverness (తెలివి)

Beauty (అందము)

Sweetness (తియ్యటి)

Smallness (చిన్నదైన)

Evil (చెడ్డ)

Theft (దొంగతనము)

Highness (పెద్దస్థాయి)

Old age (ముసలితనము)

Welfare (సుఖ, శాంతులు)

Goodness (మంచితనము)

Coldness (చలి)

Fatness (లావు)

Forming of abstract nouns from verbs

Abstract nouns

Knowledge (జ్ఞానము)

Dispute (తగువు వేసుకొనుట)

Battle (యుద్ధము)

Writing (వ్రాయుట)

Saving (మిగిల్చుట)

Investigation (పరిశోధించుట)

Printing (ప్రచురించుట)

Decoration (అలంకారణ)

Consumption (భుజించుట)

8TH STEP 8వ పాఠము

GENDER

లింగము

లింగము (Gender) is the distinction of sex. **Telugu** has only three genders—పులింగము (masculine), స్త్రీలింగము (feminine) and నపుంసకలింగము (Neuter gender)

(i) పులింగము – The names of males are always masculine.

(ii) స్త్రీలింగము – The names of females are always feminine

(iii) నపుంసకలింగము – Nouns denoting non-human beings or objects.

Exception: child-this is a neutar gender, a child may be male or female.

పులింగము **Masculine**	స్త్రీలింగము **Feminine**
పురుషుడు (male)	స్త్రీ (female),
భర్త (husband)	భార్య (wife)
పిల్లవాడు (boy)	అమ్మాయి (girl),
చాకలివాడు (washerman)	చాకలి అమ్మాయి(washerwoman)
ముసలాయన (old man)	ముసలమ్మ(old woman)

Some sentences for **Masculine gender**:

రాముడు పుస్తకం చదువుతున్నాడు	Rama is reading a book
రమేశ్ ఈదుతున్నాడు	Ramesh is swimming
అతను చెట్లకు నీళ్ళు పోస్తున్నాడు	He is watering the plants

Some sentences for **Feminine gender**:

రాధ పాట పాడుతోంది	Radha is singing a song
గీత బొమ్మ వేస్తోంది	Gita is drawing a picture
అమ్మ వండుతోంది	Mother is cooking

Some sentences for **Neuter Gender**

నది పారుతోంది — The river is flowing

పసిబిడ్డ పాలుతాగుతోంది — The child is drinking milk

The case ending suffix 'డు' will be added to masculine nouns ending in 'అ' will change as 'ఉ' forming the last syllable as 'ఉడు'

Examples:

వృద్ధ + డు = వృద్ధుడు — Old man

కృష్ణ + డు = కృష్ణుడు — Krishna

The nouns ending in 'ఇ' do not have 'డు'as case-ending in the nominative case.

Examples:

పులి — Tiger

కవి — Poet

In neuter gender, the nouns ending in 'అ' will get 'ము' as case-ending.

Examples

వృక్షము — Tree

ధనము — Money

The nouns ending in 'ఉ' will get 'వు' as case ending suffix.

Examples:

గురువు — Teacher

వస్తువు — Thing/item

The nouns of feminine gender ending in 'అ' or 'ఇ' do not have any case ending in nominative case.

Examples:

రాధ — Radha

పార్వతి — Paarvathi

The fourth gender is typically for Telugu. To describe persons of eminenece or of high position, plural gender 'వారు', 'గారు' is employed. Whether it is male or female.

9TH STEP 9వ పాఠము

NUMBER

వచనము

Telugu has two numbers Singular (ఏకవచనము) and Plural (బహువచనము) All nouns, pronouns and verbs come under this grouping.

Forms of nouns change depending on their numbers and genders. The following are common plural markers. They are added to the singular forms to convert their plural ones.

'ళు' or 'లు' are the case markers when converted to plural form in Telugu. Look at the examples given below:

పులి Tiger పులులు Tigers

పండు Fruit పళ్ళు Fruits

See some more examples for singular and plural forms:

Singular	**Plural**
ఏకవచనం	బహువచనం
భార్య Wife	భార్యలు Wives
మనిషి Man	మనుష్యులు Men
ఆవు Cow	ఆవులు Cows
కుక్క Dog	కుక్కలు Dogs
ఆడ పిల్ల Girl	ఆడ పిల్లలు Girls
వరుస Row	వరుసలు Rows
మంగలివాడు Hair-dresser	మంగలివాళ్ళు Hair-dressers
కోడలు Daughter-in-law	కోడుళ్ళు Daugters-in-law
ఆకు Leaf	ఆకులు Leaves

10TH STEP 10వ పాఠము

CASE & DECLENTION OF NOUNS

విభక్తులు

In Telugu there are eight cases (విభక్తులు) These are expressed by post-postions and case-endings (Like in many other Indian languages, Telugu does not have prepositions. It has, instead, post-positions or case-endings/suffixes).

These are the eight cases given below:

1.ప్రథమా విభక్తి - Nominative case

Case endings -డు, ము, వు, లు

Examples:

రాముడు ఇంటికి వచ్చాడు Rama came home

ఈ పుస్తకము ఎవరిది? Whose book is this?

2.ద్వితీయా విభక్తి - Objective case

Case endings - ని, ను, ల, గూర్చి

Examples:

పుస్తకములను చూశాను I saw the books

అన్నను పిలు Call your elder brother

3.తృతీయా విభక్తి - Instrumental case

Case endings- చేత, చే, తోడ, తో

Examples:

నేను పెన్నుతో వ్రాసాను I will write with the pen

ఇది అతనిచేత చేయబడినది This was done by him

4.చతుర్థీ విభక్తి - Dative case

Case endings- కొఱకు, కై

Examples:

నేను నీకొఱకు ఈ పని చేస్తాను	I will do this work for you
గోపాల్ స్కూల్‌కి వెళ్ళాడు	Gopal went to school

5.పంచమీ విభక్తి - Ablative

Case endings- వలన, కంటె, పట్టి, నుండి

Examples:

హైదరాబాద్‌నుండి మదరాసు వెళ్ళినాను	I went from Hyderabad to Madras.
గోపాల్‌కంటే రాము పెద్దవాడు	Ramu is elder to Gopal

6.షష్ఠీ విభక్తి - Possessive case

Case endings- కి, కు, యొక్క

Examples:

ఇది రాజు పుస్తకము	This is Raju's book
ఇది నా ఇల్లు	This is my home

7.సప్తమీ విభక్తి - Locative case

Case endings- అందు, మీద, లో, న

Examples:

చెట్టుమీద కాకి ఉన్నది	The crow is on the tree
ఇంటిలో పిల్లలు ఉన్నారు	Children are in the house

8.అ విభక్తి - Vocative case

Case endings- ఓ, ఓయీ, ఓరీ, ఓసీ

Examples:

ఓ రామా! నన్ను రక్షించు	Oh Rama! Save me
ఓ సీతమ్మా! నన్ను చూడు	Oh Sita! Look at me!

11TH STEP 11వ పాఠము

PRONOUN

సర్వనామము

Pronoun is used in the place of a noun. There are *naamȧ vaachakamulu* (నామ వాచకము).There are different types of pronouns. These are - Personal pronoun-(వ్యక్తిగత) The case endings will change according to the number, gender and tense.

Nominative case:

First person

Singular	Plural
I - నేను	We -మేము

Second person

Singular	Plural
You - నీవు	You-మీరు

Third person

Singular	Plural
He, She - అతను, ఆమె	They- వాళ్ళు

Examples:

నేను ముంబాయినుండి నిన్ననే వచ్చాను	I came from Mumbai yesterday
నువ్వు మా ఇంటికి రా	You come to my house

2.Accusative/Objective :

First person

Singular	Plural
Me - నన్ను	Us-మమ్ము, మనలను

Second person

Singular	Plural
You - నిన్ను	You-మిమ్ము

Third person

Singular	Plural
Him - వానిని, అతనిని	Them- వారిని

Examples:

అయ్యా! నన్ను క్షమించండి	Please pardon me.
నిన్ను ఇంటికి రమ్మని చెప్పాను	I asked you to come home.

3.Instrumental :

First person

Singular	Plural
By me - నా చేత	By us-మా చేత

Second person

Singular	Plural
By you - నీతో	By you- మీతో

Third person

Singular	Plural
By him, her - వానితో, అతనితో	By them- వారిచేత

Examples :

నానుంచి నీకు ఏమి కావాలి?	What do you want from me?
నువ్వు చెయ్యవలసిన పని ఒకటి ఉన్నది	There is one job that should be done by you.

4.Dative:

First person

Singular	Plural
For me - నాకై, నా కొరకు	For us-మాకై, మాకొఱకు

Second person

Singular	Plural
For you - నీకై, నీకొఱకు	For you- మీకై, మీ కొఱకు

Third person

Singular	Plural
By him, her - వానికొఱకు, ఆమె కొఱకు	By them- వారికై, వారికొఱకు

Examples:

నువ్వు నాకేమి తెచ్చావు?	What did you bring for me?
నీకోసమే ప్రత్యేకంగా తయారు చేయబడినది	Specially made for you.

5.Ablative:

First person

Singular	Plural
From me, than me - నా వలన, నా నుండి, నాకంటే	From us, than us-మా వలన,మా నుండి మాకంటే

Second person

Singular	Plural
From you, than you - నీవలన, నీనుండి, నీకంటె	For you, than us- మీవలన, మీనుండి, మీకంటె

Third person

Singular	Plural
From him, from her/him వానివలన వానినుండి, ఆమెవలన, ఆమెనుండి, వానికంటె ఆమెకంటె, వానియొక్క	From them, than them వారివలన వారినుండి వారికంటె

Examples:

ఈ పనిని నేను మాత్రమే చెయ్యగలను	This work can be done only by me.
ఈ విషయాన్ని ఆమె నీ ద్వారానే తెలుసుకోనీ	Let her know this matter through you.

6. Genitive:

First person

Singular	Plural
Of me, To me - నాయొక్క, నాకు	Of us, to us-మాయొక్క, మాకు

Second person

Singular	Plural
Of you, To you- నీయొక్క, నీకు	Of you, To you - మీయొక్క, మీకు

Third person

Singular	Plural
Of his/her, To him/her ఆతనియొక్క, ఆమెయొక్క, వానికి, అతనికి, ఆమెకు	Of them, To them వారియొక్క వారికి

Examples:

అతను ఆవిడ ఇంటికి వెళ్ళాడు	He went to her house
నేను ఈ కలము నీకు ఇస్తాను	I will give you this pen

7. Locative:

First person:

Singular	Plural
In me, On me - నాయందు నాలో నామీద	In us, On us-మాయందు, మాలో మామీద

Second person:

Singular	Plural
In you, On you- నీయందు, నీలో నీమీద	In you, On you - మీయందు, మీలో, మీమింద

Third person

Singular	Plural
In him/her, On him/her	In them, On them
వానియందు, ఆతనియందు	వారియందు, వారిమీద, వారిలో
వానిలో ఆతనిలో ఆమెలో వానిమీద	
ఆతనిమీద ఆమెమీద	

Examples:

నా దగ్గర ఏ పుస్తకము లేదు	I do not have any book with me
నా గురించి ఆతనికి మంచి అభిప్రాయం ఉంది	He has a good opinion about you

Apart from these, here are possessive, definite, indefinite, interrogative, reflexive and relative pronouns.

12TH STEP 12వ పాఠము

ADJECTIVE

విశేషణము

An adjective qualifies either a noun or a pronoun.
Adjectives are of four types:

గుణవాచకము Qualitative - These adjectives describe the quality of objects or persons.

సంఖ్యావాచకము Numerical - These adjectives which show the nouns or pronouns in numbers.

పరిమాణవాచకము Quatitative - These adjectives which shows or measures the nouns or Pronouns.

సర్వనామ వాచకము Pronominal - These point which person or thing

Here are a few examples:

Ramesh is a good boy	రమేశ్ ఒక మంచి పిల్లవాడు
The Vedas are four in number	వేదాలు నాల్గు
Buy six bananas	ఆరు అరటిపళ్ళను కొను
This cycle is mine	ఈ సైకిల్ నాది

Adjectives do not undergo any mode of actions with respect to number

Good boy	మంచి పిల్లవాడు
Good boys	మంచి పిల్లలు

The adjectives can also be transformed into predicates by adding the number/gender suffixes to them and changing the word order.

The book is big	ఈ పుస్తకము పెద్దది
The house is small	ఈ ఇల్లు చిన్నది

Some Adjectives do not have comparative degrees. They refer to the size, shape, colour etc.,

The degrees of comparison are: Positive, Comparative and Superlative. The examples of adjectives which can be used to describe the three degrees of comparison are as follows:

1.The word **Tall** can be like this.

Positive - Sudha is a tall girl

సుధ పొడవైన అమ్మాయి

Comparitive - Rani is taller than sudha

సుధాకంటే రాణి పొడుగైనది

Superlative - Menaka is the tallest of them all

మేనక వారందరికంటే పొడుగైనది

2.The word **Beautiful** can be like this.

Positive Gita is beautiful

గీత అందమైనది

Comparative Sita is more beautiful than Gita

గీతకంటే సీత అందమైనది

Superlative Radha is the most beautiful of all

రాధ వారిద్దరికంటే అందమైనది

Examples of other adjectives are:

Fresh - తాజా -Qualitative adjective

Twenty - ఇరవై -Numerical adjective

Five kgs - ఐదు కిలోలు - Quantitative adjective

This thing - ఈ వస్తువు - Pronominal adjective

Read these examples:

I am a good man

నేను మంచి వాడను

I am an elderly woman

నేను పెద్ద స్త్రీని

You are not a bad man

నువ్వు చెడ్డవాడివి కాదు

13TH STEP 13వ పాఠము

VERB

క్రియ

A verb is a word which indicates some action by a person or thing.
Verbs are of two types. They are:

(1) Transitive verb సకర్మక క్రియ-

The distinction between the two can be made by: Transitive - if there is an object in the sentence to complete its sense. For ex.: Meenakshi is doing the work.

(2) Intransitive verb (అకర్మక క్రియ) has no objects in the sentence for they themselves convey the full meaning and they are short sentences. Example: Pooja is sitting

Here are some transitive and intransitive verbs. The basic forms of verbs as listed in dictionary (root verbs) are given below:

చేయి	do
చదువు	read
తెలుసుకో	know
విను	hear
చూడు	see
ఇవ్వు	give

Both the verbs, transitive and intransitive verbs has two basic parts-root and infinite:

The root verbs are already mentioned above. The infinite forms are as follows:

చేయుట	to do
చదువుట	to read
తెలుసుకొనుట	to know
వినుట	to hear
చూడుట	to see
ఇచ్చుట	to give

ఆజ్ఞాపించు క్రియ Imperative Mood

The imperative mood is used when we command, advise or request any person to do a thing.

Look at the following sentences carefully—

(1)	పుస్తకం తీసుకో	Pick up the book
	లే	Get up
	కాఫీ తీసుకు రా	Bring the coffee.
(2)	ఆవిడను పిలు	Call her
	మాట్లాడక	Keep quiet.
	ఒక పాట పాడు	Sing a song.

Polite Imperatives:

(3)	రండి	Please come.
	బైటకు వెళ్ళు	Please go out.

Apart from these, there are some negative sentences containing verbs

Examples:

Negative Imperatives:

నవ్వక	Don't laugh.
ఏడ వద్దు	Don't weep.
అక్కడ కూర్చొ వద్దు	Don't sit there, please.

14TH STEP 14వ పాఠము

TENSE (1)

కాలము (1)

కాలము (Tense) of a verb shows the time of an Action, Aspect and Mood. There are three main tenses in Telugu:

(i) వర్తమాన కాలము	Present Tense
(ii) భూత కాలము	Past Tense
(iii) భవిష్యత్ కాలము	Future Tense

Present tense is of three types:
1) Present indefinite
2) Present continuous
3) Doubtful present

Present Indefinite tense:

First person	I am a teacher	నేను టీచర్
Second person	You are a teacher	నువ్వు టీచర్
Third person	He/She is a teacher	ఆతను/ఆమె టీచర్

The following examples have conjunction of the main verb (చదువుట) - read in the present indefinite tense.

First person (singular)	I read	నేను చదువుతాను
(plural)	We read	మేము చదువుతాము
Second person	You read	నువ్వు చదువు
Third person (singular)	He/she reads	ఆతను/ఆమె చదువుచున్నాడు/న్నది
(plural)	They read	వాళ్ళు చదువుతారు

In Telugu, negative sentences have 'no' at the end. Sometimes nouns and/or pronouns are omitted (as they are supposed to be implied)

We did not read   మేము చదువలేదు

2) Present continuous tense:

First person	I am reading	నేను చదువుతున్నాను
Second person	You are eating	నువ్వు తింటున్నావు
Third person	He/She	ఆతను/ఆమెతింటున్నాడు/తింటొొన్నది
	They are eating	వాళ్ళు తింటున్నారు

3) Doubtful present:

First person	I may go	నేను వెళ్ళవచ్చు
Second person	You may be going	మీరు వెళ్తారేమో
Third person	He may be going	ఆతను వెళ్ళవచ్చు

Future Tense:
In Future tense, an element of uncertainity is involved.
Thus we have

First person - I will see	నేను చూస్తా లే
Second person - You will see	నువ్వు చూస్తావు లే
Third person - He will see	ఆతను చూస్తాడు లే

Contingent future
Contingent future is brought about by adding 'may' to the sentence.
Examples:

First person - I may play, we may play	నేను ఆడతానేమో, మేము ఆడతావేమో
Second person - You may play	నువ్వు ఆడతావేమో
Third person - They may play	వాళ్ళు ఆడతారేమో

Contingent future also denotes possibilities, willingness, suggestion, purpose and condition.

15TH STEP 15వ పాఠము

TENSE (2)

కాలము (2)

The following are past tenses:
Past indefinite, present perfect, past perfect, past doubtful and past continuous.

Past Indefinite tense (సామాన్య భూత కాలము): Here, the past is without any definite time or its condition.

First person - singular - I did నేను చేశాను
plural - we did మేము చేశాము

Second person - singular - You did నువ్వు చేశావు
plural - You did మీరు చేశారు

Third person - singular - He did అతను చేశాడు
plural - They did వాళ్ళు చేశారు

Present perfect tense (ఆసన్న భూత కాలము): It describes an action just completed. This is not used much in Telugu. For example: *I have done*, *I have laughed* etc.

Past perfect tense (పూర్వ భూత కాలము): It denotes an action completed long ago. Example: I had done -నేను ఎప్పుడో చేశాను

Past doubtful tense (సందిగ్ధ భూత కాలము): It referes to an action which might have occurred long ago.
I might have done నేను చేసి ఉండవచ్చు
I might have jumped నేను గెంతి ఉండవచ్చు

Past continuous tense (అపూర్ణ భూత కాలము): It referes to an action occurring in the past: Examples:- I was doing నేను అప్పుడు చేస్తున్నాను

I was running నేను అప్పుడు పరుగెత్తుచున్నాను

Past conditional tense (షరతుతో కూడిన భూత కాలము): It denotes an action which would have been undertaken/done if a particular condition was fulfilled. Example: If I had been having Rs.10.000, I would have purchased a TV set on that day - నా వద్ద ఆ రోజున పదివేల రూపాయలు ఉండి ఉంటే నేను టివి సెట్‌ను కొని ఉండే వాడిని.

16TH STEP 16వ పాఠము

VOICE
ప్రయోగము

In Telugu two voices are commonly used- Active voice (కర్తరీ ప్రయోగము) and Passive voice (కర్మణీ ప్రయోగము)

The aim of the voice is to indicate whether in a particular sentence the subject of the verb or the object of the verb is prominent.

In active voice, the subject of a verb is given importance.

I write an essay- నేను వ్యాసము వ్రాస్తాను

Here 'I' is more important than 'letter'

In passive voice, the object of the verb is given more importance.

A century was scored by Krishna కృష్ణచే సెంచురి చేయబడినది.

Change of voice

When the voice is changed in a sentence from activeto passive the object of the active voice becomes the subject of the passive voice.

Active	: నేను పూవను కోశాను	I pluck the fruit.
Passive	: పండు నా చేత కొయబడినది	The fruit was plucked by me.
Active	: కృష్ణుడు శిశుపాలుని చంపెను	Krishna killed Shishupala
Passive	: శిశుపాలుడు కృష్ణునిచే చంపబడెను	Shishupala was killed by Krishna

Active	: షాజహాన్ తాజ్‌మహాలును నిర్మించాడు	Shahjahan built Taj mahal
Passive	: తాజమహాల్ షాజహాన్‌చే నిర్మించబడినది	Tajmahal was built by Shahjahan

The verbs and change of voice

The active and passive forms of some verbs are as below:

Active	**Passive**
చూచెను	చూడబడినది
తినెను	తినబడినది
పంపెను	పంపబడినది
చెప్పెను	చెప్పబడినది

17TH STEP 17వ పాఠము

CAUSAL VERBS

ప్రేరణార్థక క్రియలు

A causal -relating to a cause - shows an effortt to make others to do or act. Some examples are given below:

Get the lunch prepared by Sundari

సుందరి చేత భోజనాన్ని తయారు చేయించండి

I got the TV repaired by a mechanic

మెకానిక్‌తో టీవిని బాగు చేయించాను

Auxilliary verb - ఉప సహాయక క్రియ

Am auxilliary verb helps in forming either a tense or mood of the principal verb. While conjoining, changes occur in auxilliary verbs, while the principal verb remains unchanged. Some examples are given below:

నేను బాగ పాడగలను

I can sing well

నువ్వు బాగ వ్రాయగలవా?

Can you write well ?

రేపు వాన పడవచ్చు

It may rain tomorrow

నేను లోపలకు రావచ్చునా?

May I come in ?

అతను ఇంట్లో ఉన్నాడనుకున్నాను

I thought he might be at home

నేను వెళ్ళవచ్చు అని అతను అన్నాడు

He said I might go

నువ్వు రామాయణాన్ని పఠనం చెయ్యాలి
You should read the Ramayana
మనం చాలా ప్రొద్దున్నే లేవాలి
We must get up early
పిల్లలు వాళ్ళ తల్లితండ్రుల మాటలను పాటించాలి
Children should obey their parents
నా వాగ్దానాన్ని నిలబెట్టుకోవాలి
You should keep your promise
కొంచం ముందుగా రాలేవా?
Can't you come a little earlier?

18TH STEP 18వ పాఠము

INDECLINABLES

అవికారి

Those words which are ever unchangeable are known as indeclinable words. These include quickly (త్వరగా), here (ఇక్కడ), there (అక్కడ), today (ఇవ్వేళ) and (రేపు) tomorrow.

Indeclinable words are four in number. They are : adverb, post-position, conjuction and exclamation.

Adverb

An Adverb is a word which mostly qualifies the verb.

For example:

అతను వేగంగా పరుగెత్తాడు	He ran *fast*
ఆమె బాగా పాడుతుంది	She sings *well*
వాళ్ళు నిన్న వచ్చారు	They came *yesterday*

The italized words are adverbs here.

Gita *will not* come	గీత రాదు
How long will you stay	ఎంత సేపు ఉంటావు?
How does he sing	అతను ఎలా పాట పాడుతాడు?
Now start running	ఇక పరుగెత్తు

Post-position

These indicate the relationship of noun, pronoun and other parts of speech with the other words of the sentence. In English it is pre-position.

For example:

జయదేవ్ వెనకపడ్డాడు	Jaidev is behind
నీ అంత ధైర్యవంతుడు ఎవరు లేదు	No one is as brave as you
ఇది నీకే	It is for you only

Conjunction

It is a word which is used to join sentences, words or clauses.

For example:

పాలు, తేనె చక్కటి మేళవింపు	Milk and honey make a good combination
నువ్వు స్కూల్‌కి వెళ్ళేవా, లేదా?	Will you go to school or not?
నేను పని తొందరలో ఉన్నాను కాబట్టి నిన్ను కలవలేను.	I cannot meet you as I am busy

Exclamation

A word which expresses an exclamatory feeling or emotion of the speaker:

For example:

భలే ! నువ్వు చక్కటి మార్కులు సంపాదించావు	Congratulations! You scored well
బాబోయ్! ఆ ఇంటికి నిప్పు అంటుకుంది!	My God! That house is on fire !
సరే ! నేనేం చెయ్యాలో చెప్పు	Well ! What do you want me to do?

19TH STEP 19వ పాఠము

NUMBERS

అంకెలు

1. ఒకటి
2. రెండు
3. మూడు
4. నాల్గు
5. ఐదు
6. ఆరు
7. ఏడు
8. ఎనిమిది
9. తొమ్మిది
10. పది
11. పదకొండు
12. పన్నెండు
13. పదమూడు
14. పధ్నాల్గు
15. పదిహేను
16. పదహారు
17. పదిహేడు
18. పధ్ధెనిమిది
19. పంథొమ్మిది
20. ఇరవై
21. ఇరవై ఒకటి
22. ఇరవై రెండు
23. ఇరవై మూడు
24. ఇరవై నాల్గు
25. ఇరవై ఐదు
26. ఇరవై ఆరు
27. ఇరవై ఏడు
28. ఇరవై ఎనిమిది
29. ఇరవై తొమ్మిది
30. ముప్పై
31. ముప్పై ఒకటి
32. ముప్పై రెండు
33. ముప్పై మూడు
34. ముప్పై నాల్గు
35. ముప్పై ఐదు
36. ముప్పై ఆరు
37. ముప్పై ఏడు
38. ముప్పై ఎనిమిది
39. ముప్పై తొమ్మిది
40. నలభై
41. నలభై ఒకటి
42. నలభై రెండు
43. నలభై మూడు
44. నలభై నాల్గు
45. నలభై ఐదు
46. నలభై ఆరు
47. నలభై ఏడు
48. నలభై ఎనిమిది
49. నలభై తొమ్మిది
50. యాభై
51. యాభై ఒకటి
52. యాభై రెండు
53. యాభై మూడు
54. యాభై నాల్గు
55. యాభై ఐదు
56. యాభై ఆరు
57. యాభై ఏడు
58. యాభై ఎనిమిది
59. యాభై తొమ్మిది
60. అరవై
61. అరవై ఒకటి
62. అరవై రెండు
63. అరవై మూడు
64. అరవై నాల్గు
65. అరవై ఐదు
66. అరవై ఆరు
67. అరవై ఏడు
68. అరవై ఎనిమిది
69. అరవై తొమ్మిది
70. డెబ్భై
71. డెబ్భై ఒకటి
72. డెబ్భై రెండు
73. డెబ్భై మూడు
74. డెబ్భై నాల్గు
75. డెబ్భై ఐదు
76. డెబ్భై ఆరు
77. డెబ్భై ఏడు
78. డెబ్భై ఎనిమిది
79. డెబ్భై తొమ్మిది
80. ఎనభై
81. ఎనభై ఒకటి

82.	ఎనభై రెండు	89.	ఎనభై తొమ్మిది	96.	తొంభై ఆరు,
83.	ఎనభై మూడు	90.	తొంభై	97.	తొంభై ఏడు
84.	ఎనభై నాల్గు	91.	తొంభై ఒకటి	98.	తొంభై ఎనిమిది
85.	ఎనభై ఐదు	92.	తొంభై రెండు	99.	తొంభై తొమ్మిది
86.	ఎనభై ఆరు	93.	తొంభై మూడు	100.	నూరు/వంద
87.	ఎనభై ఏడు	94.	తొంభైనాల్గు		
88.	ఎనభై ఎనిమిది	95.	తొంభై ఐదు		

1,000 వెయ్యి

1,00,000 లక్ష

1,00,00,000 కోటి

Ordinals

1st	ఒకటవ	4th	నాల్గొవ
2nd	రెండవ	5th	ఐదవ
3rd	మూడొవ	6th	ఆరవ
		7th	ఏడొవ

Multiplicative numerals

Twofold	రెండు రెట్లు	Sixfold	ఆరు రెట్లు
Threefold	మూడు రెట్లు	Sevenfold	ఏడు రెట్లు
Fourfold	నాల్గు రెట్లు	Tenfold	పదిరెట్లు
Fivefold	ఐదు రెట్లు		

Aggregative numerals

Hundreds of	నూర్ల కొద్ది
Thousands of	వేల కొద్ది
Lakhs of	లక్షల కొద్ది
Crores of	కోట్ల కొద్ది

20TH STEP 20వ పాఠము

WORDS OFTEN MISSPELT WHILE WRITING

వ్రాయడంలో తప్పులు

Incorrect	Correct	Incorrect	Correct
అవుసరం	అవసరం	పుజ్య	పూజ్య
బక్తుడు	భక్తుడు	బ్రమ్మ	బ్రహ్మ
అత్యధిక	అత్యాధికము	ఘంట	గంట
అజ్గి	అగ్ని	స్రేష్ట	శ్రేష్ఠ
ఉజవలము	ఉజ్వలము	పరం	పరమ
పున్యము	పుణ్యము	కురుపి	కురూపి
ఆషీర్వాదము	ఆశీర్వాదము	వయు	వాయు
ఉపలక్ష్ణము	ఉపలక్ష్యము	పూజనీయ	పూజ్యనీయ
ఇతిహాసపు	ఇతిహసపు	మహాదయ	మహోదయ
కవియిత్రి	కావ్యత్రి	అమ్రితము	అమృతము
చిన్హము	చిహ్నము	విమానమ్	విమానము
సన్యాసి	సన్యాసి	లేకిక	లౌకిక
శాయ	ఛాయ	అధానము	ఆధానము
పరిష	పరీక్ష	స్థాయీ	స్థాయి
శ్రీమతీ	శ్రీమతి	షాంతియాత్ర	శాంతియాత్ర
దుఖము	దుఃఖము	జైము	జయము
హిందు	హిందూ	దూరదశ	దుర్దశ
బహువు	బాహువు	కస్టము	కష్టము
రాత్రీ	రాత్రి	గ్నానము	జ్ఞానము
గురూ	గురు	తిదీ	తిథి

PART 3- CLASSIFIED SENTENCES

21ST STEP ఇరవై ఒకటవ పాఠము

USEFUL EXPRESSIONS

ఉపయోగకర వాక్యములు

We can convey our thoughts and feelings through phrases and sentences. Let us learn to speak briefly.

Here are some phrases and short sentences:

1. Hello!	హలో!	halō!
2. Happy New Year!	నూతన సంవత్సర శుభాకాంక్షలు!	nūtana saṃvatsara śubhākāṅkṣalu!
3. Same to you!	మీకు కూడా!	mīku kūḍā!
4. Happy birthday to you!	జన్మదిన శూభాకాంక్షలు!	janmadina śūbhākāṅkṣalu!
5. Welcome you all!	మీ అందరికీ స్వాగతము!	mī aṃdarikī svāgatamu!
6. Congratulations!	అభినందనలు!	abhinandanalu!
7. Thanks for your kind visit.	మీ రాకకు ధన్యవాదనలు!	mī rākaku dhanyavādanalu!
8. Thank God!	రక్షించావు దేవుడా!	rakṣiñcāvu dēvuḍā!
9.Oh my darling!	ఓ నా ప్రియతమా!	ō nā priyatamā!
10. O God!	దేవుడా!	dēvuḍā!
11. Oh!	అరే!	arē!
12. Bravo!	అతిశయం!	atiśayaṃ!
13. Woe!	అయ్యో!	ayyō!
14. Excellent!	అతిశయం!	atiśayaṃ!
15. How terrible!	ఎంత భయంకరమైనది!	eṃta bhayaṅkaramainadi!
16. How absurd!	ఎంత!	eṃta!
17. How beautiful!	ఎంత అందమైనది!	eṃta aṃdamainadi!
18. How disgraceful!	ఎంత సిగ్గుచేటు!	eṃta sigguceṭu!
19. Really!	నిజంగానా!	nijaṅgānā!
20. O.K.	అలాగా!	alāgā!
21.Wonderful!	ఆశ్చర్యకరము!	āścaryakaramu!
22.Thank you!	మీకు ధన్యవాదములు!	mīku dhanyavādamulu!
23. Certainly!	నిస్సందేహంగా!	nissandēhaṅgā!
24. What a great	ఎంత గొప్ప విజయము!	eṃta goppa vijayamu!

victory !		
25. With best compliments!	అభినందనలతో!	abhinandanalatō!

Some useful clauses and short sentences:

1. Just a minute.	ఒక్క నిమిషం.	okka nimiṣaṃ.
2. Just coming.	ఇప్పుడే వస్తున్నాను.	ippuḍē vastunnānu.
3. Any more?	ఇంకా ఏమైనా?	iṃkā ēmainā?
4. Enough.	చాలు.	cālu.
5. Anything else?	వేరే ఏమైనా?	vērē ēmainā?
6. Nothing to worry.	చింతలేదు.	cintalēdu.
7. As you like.	మీకు నచ్చినట్టే	mīku naccinaṭṭē
8. Mention not.	పరవాలేదు.	paravālēdu.
9. Nothing more.	ఇంకేమీ లేదు.	iṃkēmī lēdu.
10. Not at all.	కానేకాదు.	kānēkādu.
11. For ladies only.	స్త్రీలకొరకు.	strīlakoraku.
12. To let	బాడుగకు ఇవ్వబడును.	bāḍugaku ivvabaḍunu.
13. No admission.	అనుమతి లేదు.	anumati lēdu.
14. No entrance.	ప్రవేశము లేదు.	pravēśamu lēdu.
15. No thoroughfare.	పబ్లిక్ రోడు కాదు	pablik rōḍu kādu
16. No talking.	మాట్లాడరాదు.	māṭlāḍarādu.
17. No smoking.	పొగ త్రాగరాదు.	poga trāgarādu.
18. No spitting.	ఉమ్మివేయరాదు.	ummivēyarādu.
19. No parking.	బళ్ళు నిలుపరాదు.	baḷḷu niluparādu.
20. No exit	బయటకువెళ్ళరాదు.	bayaṭakuveḷḷarādu.

22RD STEP ఇరవై రెండవ పాఠము

IMPERATIVE SENTENCES

ఆదేశపూర్వక వాక్యములు

In the following sentences, there are many verbs in the imperative mood expressing order, request for advice.

Here are some examples of short sentences giving force to verbs.

1. *Sentences Indicating Order:*

1. Be quick.	.త్వరగా కానీ.	tvaragā kānī.
2. Be quiet.	నిశ్శబ్దముగా ఉండు	niśśabdamugā uṃḍu
3. Come in.	లోనికి రా.	ōniki rā.
4. Get out.	బయటకు పో.	bayaṭaku pō.
5. Stick no bills.	నోటీసులు అతికించరాదు.	nōṭīsulu atikiñcarādu.
6. Don't talk rubbish	నోటికొచ్చినట్టుగా వాగొద్దు.	nōṭikoccinaṭṭugā vāgoddu.
7. Be careful	జాగ్రత్తగా ఉండు.	jāgrattagā uṃḍu.
8. Bring a glass of water.	ఒక గ్లాసు మంచినీళ్ళుతీసుకురా.	oka glāsu mañcinīḷḷutīsukurā.
9. Don't forget to come tomorrow.	రేపు రావాలని మరవొద్దు.	rēpu rāvālani maravoddu.
10. Don't hurry.	తొందరపడకు.	tondarapaḍaku.
11. Don't be talkative.	వాగుతూ ఉండొద్దు.	vāgutū uṃḍoddu.
12. Speak the truth.	నిజం చెప్పు.	nijaṃ ceppu.
13. Don't tell a lie.	అబద్ధం చెప్పకు.	abaddhaṃ ceppaku.
14. Go back.	వెళ్ళిపో.	veḷḷipō.
15. Work hard.	కష్టపడి పనిచేయి.	kaṣṭapaḍi panicēyi.
16. Shut the window.	కిటికీ మూయి.	kiṭikī mūyi.
17. Open the door.	తలుపు తీయి.	talupu tīyi.
18. Come forward.	ముందుకు రా.	munduku rā.
19. Come alone.	ఒంటరిగా రా.	omṭarigā rā.

20. Sit down.	కూర్చో.	kūrcō.
21. Stand up.	నిల్చో.	nilcō.
22. Get up early.	త్వరగా నిద్రలే.	tvaragā nidralē.
23. Be ready by 8 o' clock.	8 గంటలకల్లా సిద్ధంగా ఉండు.	8 gaṇṭalakallā siddhaṅgā uṃḍu.
24. Always keep to the left.	ఎల్లప్పుడూ ఎడమ పక్కగా వెళ్ళు.	ellappuḍū eḍama pakkagā veḷḷu.
25. Give up bad habits.	చెడ్డ అలవాట్లను మానుకో.	ceḍḍa alavāṭlanu mānukō.
26. Mind your own business.	నీ పని చూసుకో.	nī pani cūsukō.
27. Ring the bell.	గంట కొట్టు.	gaṇṭa koṭṭu.
28. Take it away.	దానిని తీసుకెళ్ళు.	dānini tīsukeḷḷu.
29. Return the balance.	మిగిలిన డబ్బు తిరిగివ్వు.	migiḷina ḍabbu tirigivvu.

2. *Sentences Indicating Request:*

30. Please, excuse me.	దయచేసి, క్షమించండి.	dayacēsi, kṣamiñcaṇḍi.
31. Don't mind, please.	దయచేసి, తప్పుగా అనుకోవద్దు.	dayacēsi, tappugā anukōvaddu.
32. Please, try to understand me.	దయచేసి, నన్ను అర్థం చేసుకునేందుకు ప్రయత్నించండి.	dayacēsi, nannu arthaṃ cēsukunēnduku prayatniñcaṇḍi.
33. Please lend me your bicycle.	దయచేసి, నాకు మీ సైకిల్ ఒకసారి ఇవ్వండి.	dayacēsi, nāku mī saikil okasāri ivvaṇḍi.
34. Follow me, please.	దయచేసి, నావెంట రండి.	dayacēsi, nāveṇṭa raṇḍi.
35. Please, have a cold drink.	దయచేసి, చల్లని పానీయమును త్రాగండి.	dayacēsi, callani pānīyamunu trāgaṇḍi.
36. Have some coffee, please.	దయచేసి, కాఫీ త్రాగండి.	dayacēsi, kāphī trāgaṇḍi.
37. Please, have the room swept.	దయచేసి, గదిని ఉడిపించండి.	dayacēsi, gadini uḍipiñcaṇḍi.
38. Please, call the servant.	దయచేసి, నౌకర్ని పిలవండి.	dayacēsi, naukarni pilavaṇḍi.
39. Please, pass me the chilly.	దయచేసి, మిరపకాయను ఇవ్వండి.	dayacēsi, mirapakāyanu ivvaṇḍi.

40. Please, bring us some sweets.	దయచేసి, మాకు కొన్ని తీపి పదార్థములను తీసుకురండి.	dayacēsi, māku konni tīpi padārthamulanu tīsukuraṇḍi.
41. Please deliver the goods at my residence.	దయచేసి, ఈ సామాన్లును నా ఇంటికి పంపించండి.	dayacēsi, ī sāmānlunu nā iṃṭiki pampiñcaṇḍi.
42. Please take your bath.	మీరు దయచేసి, స్నానం చేర్యుయండి.	mīru dayacēsi, snānaṃ cēyyaṇḍi.
43. Please have your seat.	మీరు దయచేసి, కూర్చొండి.	mīru dayacēsi, kūrcaṇḍi.
44. Kindly inform at the right time.	దయచేసి, సమయానికి తెలియపరచండి.	dayacēsi, samayāniki teliyaparacaṇḍi.
45. Kindly grant me a loan.	దయచేసి, నాకు అప్పు ఇప్పించండి.	dayacēsi, nāku appu ippiñcaṇḍi.

3. *Sentences Indicating Advice:*

46. Let us go in time.	మనము సరైన సమయానికి వెళ్ళాలి.	manamu saraina samayāniki veḷḷāli.
47. Work hard lest you fail.	కష్టపడి పనిచేయి లేకుంటే విఫలమౌతావు.	kaṣṭapaḍi panicēyi lēkuṇṭē viphalamautāvu.
48. Let us wait.	మనము వేచిచూద్దాము.	manamu vēcicūddāmu.
49. Let us go for a walk.	పద అలా నడచి వద్దాము.	pada alā naḍaci vaddāmu.
50. Let us make the best use of time.	.సమయమును సద్వినియోగం చేసుకుందాము.	samayamunu sadvin iyōgaṃ cēsukundāmu.
51. Let us try our best.	మనము కుదిరినంత వరకు ప్రయత్నం చేద్దాము.	manamu kudirinanta varaku prayatnaṃ cēddāmu.
52. Let it be so	కానీయండి.	kānīyaṇḍi.
53. Let us think first about this matter.	ముందుగా ఈ విషయమై ఆలోచిద్దాము.	mundugā ī viṣayamai ālōciddāmu.
54. Let us go to the cinema together.	సినిమాకు కలిసి వెళదాము.	sinimāku kalisi veḷadāmu.

23RD STEP ఇరవై మూడవ పాఠము

PRESENT TENSE

వర్తమాన కాలము

1. *Present Indefinite Tense*

1. I write a letter to my brother.	నేను నా సోదరునికి ఉత్తరం వ్రాస్తాను	nēnu nā sōdaruniki uttaraṃ vrāstānu
2. Some children like sweets.	కొద్దిమంది పిల్లలు తీపి పదార్థాలను ఇష్టం.	koddimandi pillalu tīpi padārthālanu iṣṭaṃ.
3. I leave home at 9.00. a.m. everyday.	నేను ప్రతిరోజు ఉదయం 9 గంటలకు ఇంటినుండి బయలుదేరుతాను.	nēnu pratirōju udayaṃ 9 gaṇṭalaku iṃṭinuṇḍi bayaludērutānu.
4. The earth moves round the sun.	భూమి సూర్యుని చుట్టు తిరుగుతుంది.	bhūmi sūryuni cuṭṭu tirugutundi.
5. A good child always obeys his parents.	మంచి బిడ్డ ఎప్పుడు తన తల్లిదండ్రుల మాట వింటుంది.	mañci biḍḍa eppuḍu tana tallidaṇḍrula māṭa vinṭundi.
6. She drives too quickly.	ఆవిడ చాలా వేగంగా కారు నడుపుతుంది.	āviḍa cālā vēgaṅgā kāru naḍuputundi.
7. I brush my teeth twice a day.	నేను ఒకరోజుకు రెండుమార్లు పళ్ళుతోముకుంటాను.	nēnu okarōjuku reṇḍu mārlupaḷḷutōmukuṇṭānu.
8. We live in India.	మనము భారతదేశంలో నివశిస్తున్నాము.	manamu bhāratadēśaṃlō nivaśistunnāmu.
9. You always forget to pay.	నువ్వు ఎల్లప్పుడూ డబ్బులు చెల్లించేది మరచిపోతావు.	nuvvu ellappuḍū ḍabbulu celliñcēdi maracipōtāvu.
10. The last bus leaves at midnight.	అఖరి బస్సు అర్ధ రాత్రి బయలుదేరుతుంది.	akhari bassu ardha rātri bayaludērutundi.
11. You spend all your money on clothes.	నువ్వు నీ డబ్బంతా బట్టలు కొనేందుకే ఖర్చు చేసేస్తావు.	nuvvu nī ḍabbantā baṭṭalu konēndukē kharcu cēsēstāvu.
12. Someone knocks at the door.	ఎవరో తలుపు తడుతున్నారు.	evarō talupu taḍutunnāru.

13. She always wears glasses	ఆవిడ ఎల్లప్పుడూ కళ్ళద్దాలు వేసుకుంటుంది.	āviḍa ellappuḍū kaḷḷa ddālu vēsukuṇṭundi.
14. In India, there are fifteen regional languages.	భారతదేశంలో, పదిహేను ప్రాంతీయ భాషలున్నాయి.	bhāratadēśaṃlō, padihēnu prāntīya bhāṣalunnāyi.

2. *Present Continuous Tense*

1. My mother is sweeping the room.	మా అమ్మ గదిని ఊడుస్తోంది.	mā amma gadini ūḍustondi.
2. I am reading Nav Bharat Times.	నేను ఇండియా టుడేని చదువుతున్నాను.	nēnu iṃḍiyā ṭuḍēni caduvutunnānu.
3. The dog is lying under the car.	కుక్క కారుక్రింద పడుకుని ఉన్నది.	kukka kārukrinda paḍukuni unnadi.
4. He is going to the market.	ఆయన బజారుకు వెళుతున్నారు.	āyana bajāruku veḷutunnāru.
5. She is crying for nothing.	ఆవిడ నిష్కారణంగా ఏడుస్తున్నది.	āviḍa niṣkāraṇaṅgā ēḍustunnadi.
6. I am just coming.	నేను ఇప్పుడే వస్తున్నాను.	nēnu ippuḍē vastunnānu
7. I am looking at the sky.	నేను ఆకాశం వైపు చూస్తున్నాను.	nēnu ākāśaṃ vaipu cūstunnānu.
8. I am singing the song.	నేను పాట పాడుతున్నాను.	nēnu pāṭa pāḍutunnānu.
9. She is looking for a pen.	ఆవిడ కలంకొరకు వెదకుతోంది.	āviḍa kalaṅkoraku vedakutōndi.
10. The patient is going to the hospital	రోగి ఆస్పత్రికి వెళుతున్నాడు.	rōgi āspatraki veḷutunnāḍu.

3. *Doubtful Present Tense*

1. She may be reaching her office.	ఆవిడ ఆఫీసుకు చేరుకుంటూ ఉంటుంది.	āviḍa āphīsuku cērukuṇṭū uṃṭundi.
2. They may be thinking wrong.	వాళ్ళు తప్పుగా ఆలోచిస్తూ ఉండొచ్చు.	vāḷḷu tappugā ālōcistū uṃḍoccu.
3. I may be going to Bombay tomorrow.	నేను రేపు ముంబాయి వెళ్ళవచ్చు.	nēnu rēpu mumbāyi veḷḷavaccu.
4. I may be teaching Hindi to my pupils.	నేను నా విద్యార్థులకు తెలుగు నేర్పుతూ ఉంటాను.	nēnu nā vidyārthulaku telugu nērputū uṃṭānu.
5. Your sister may be waiting for you.	మీ సహోదరి మీకొరకు వేచిచూస్తూ ఉంటుంది.	mī sahōdari mīkoraku vēcicūstū uṃṭundi.
6. She may be playing on the violin	ఆవిడ వయలిన్ వాయిస్తూ ఉంటుంది.	āviḍa vayalin vāyistū uṃṭundi.

7. She may be returning the money in a week.	ఆవిడ వారం రోజుల్లో డబ్బును తిరిగి ఇచ్చేయ్యవచ్చు.	āviḍa vāraṃ rōjullō ḍabbunu tirigi iccēyyavaccu.
8. Rama may be learning her lesson in the morning.	రమా ప్రొద్దునే తన పాఠములను చెదువు ఉంటుంది.	ramā proddunētana pāṭhamulanu ceduvu uṃṭundi.

24TH STEP ఇరవై నాలుగవ పాఠము

FUTURE TENSE

భవిష్యత్కాలము

1. *Future Indefinite Tense*

1. I shall write a letter to my brother.	నేను నా అన్నకు ఉత్తరం వ్రాస్తాను.	nēnu nā annaku uttaraṃ vrāstānu.
2. My father will reach here by Sunday.	మా నాన్న ఆదివారానికి ఇక్కడికి చేరుకుంటారు.	mā nānna ādivārāniki ikkaḍiki cērukuṇṭāru.
3. The mother will go to the market	రేపు మా అమ్మ మార్కెట్టుకు వెళుతుంది.	rēpu mā amma mārkeṭṭuku veḷutundi.
4. She will study hard this year.	ఆవిడ ఈ సంవత్సరం కష్టపడి చదువుతుంది.	āviḍa ī saṃvatsaraṃ kaṣṭapaḍi caduvutundi.
5. It will serve my purpose.	దానితో నా పనికి సరిపోతుంది.	dānitō nā paniki saripōtundi.
6. I shall return day after	నేను ఎల్లుండి తిరిగి వస్తాను.	nēnu elluṇḍi tirigi vastānu.
7. My brother will stay here at night.	నా సోదరుడు ఈ ధాత్రికి ఇక్కడ ఉంటారు.	nā sōdaruḍu ī rātriki ikkaḍa uṃṭāru.
8. I shall return in the evening definitely.	నేను ఈ సాయంత్రానికి తప్పకుండా తిరిగి వస్తాను.	nēnu ī sāyantrāniki tappakuṇḍā tirigi vastānu.
9. I will do it whatever happens.	ఏది ఏమైనప్పటికీ, నేను దానిని తప్పకుండా చేస్తాను.	ēdi ēmainappaṭikī, nēnu dānini tappakuṇḍā cēstānu.
10. I will certainly give you what you want.	నేను మీరు కోరుకున్నది తప్పకుండా మీకు ఇస్తాను.	nēnu mīru kōrukunnadi tappakuṇḍā mīkụ istānu.
11. We shall start at about 5 o'clock.	మనము దాదాపు ఐదు గంటలకు బయలుదేరుతాము.	manamu dādāpu aidu gaṇṭalaku bayaludērutāmu.
12. I will give up smoking definitely.	నేను తప్పకుండా పొగత్రాగటం మానేస్తాను.	nēnu tappakuṇḍā pogatr āgaṭaṃ mānēstānu.
13. I will come positively.	నేను తప్పక వస్తాను.	nēnu tappaka vastānu.

14. I will see it later on.	నేను దానిని తరువాత చూస్తాను.	nēnu dānini taruvāta cūstānu.

2. *Contingent Future Tense*

1. If your elder brother comes you must come too.	మీ అన్న వస్తున్నట్లైతే, నువ్వుకూడా తప్పకుండా రా.	mī anna vastunnaṭlaitē, nuvvukūḍā tappakuṇḍā rā.
2. If you stay I will also stay.	నువ్వు ఉంటే, నేనుకూడా ఉంటాను.	nuvvu uṃṭē, nēnukūḍā uṃṭānu.
3. Ranjana may arrive today.	రంజన ఈరోజు రావొచ్చు.	rañjana īrōju rāvoccu.
4. I may invite my colleagues also.	నేను నా సహ ఉద్యోగులనుకూడా ఆహ్వానించవచ్చు	nēnu nā saha udyōgulanukūḍā āhvāniñcavaccu
5. If you go for a walk, call me also.	నువ్వు నడిచేందుకు వెళ్ళేట్లైతే, నన్ను కూడా పిలువు.	nuvvu naḍicēnduku veḷḷēṭaṭlaitē, nannu kūḍā piluvu.
6. You may rest in my cottage if you like.	మీకు ఇష్టమైతే, నా ఇంట్లో విశ్రాంతి తీసుకొనవచ్చు.	mīku iṣṭamaitē, nā iṃṭlō viśrānti tīsukonavaccu.
7. I may leave this station any time.	నేను ఈ ఊరు ఎప్పుడైనా వదలి వెళ్ళవచ్చు.	nēnu ī ūru eppuḍainā vadali veḷḷavaccu.
8. She may attend the meeting tomorrow.	ఆవిడ రేపు మీటింగ్‌కు రావొచ్చు.	āviḍa rēpu mīṭiṅgku rāvoccu.
9. Lest he may escape.	అలాకాకూడదు, అతను తప్పించుకుపారిపోవచ్చు.	alākākūḍadu, atanu tappiñcukupāripōvaccu.
10. You may get admission either in science or in commerce.	నీకు సైన్స్ లేకుంటే కామర్స్‌లో సీటు లభించవచ్చును.	nīku sains lēkuṇṭē kāmarslō sīṭu labhiñcavaccunu.

25TH STEP ఇరవై ఐదవ పాఠము

PAST TENSE (1)

భూతకాలము (1)

1. *Past Indefinite*

1. The students reached the classroom.	విద్యార్థులు క్లాస్ రూమ్‌కు చేరుకున్నారు.	vidyārthulu klās rūmku cērukunnāru.
2. The police arrested the accused.	పోలీసులు అపరాధులను అరెస్ట్ చేశారు.	pōlīsulu aparādhulanu aresṭ cēśāru.
3. I saw him yesterday	నేను అతడిని నిన్న చూశాను.	nēnu ataḍini ninna cūśānu.
4. We sat down on the path while walking.	మేము నడుస్తూనడుస్తూ దారిలో కూర్చుండిపోయాము.	mēmu naḍustūnaḍustū dārilō kūrcuṇḍipōyāmu.
5. I went to your house in the morning.	పొద్దున నేను మీ యింటికి వెళ్ళాను.	podduna nēnu mī yiṇṭiki veḷḷānu.
6. We gave her a warm welcome.	మేము ఆవిడకు హార్థిక స్వాగతము చెప్పాము.	mēmu āviḍaku hārthika svāgatamu ceppāmu.
7. The teacher punished the naughty students.	ఉపాధ్యాయుడు చిలిపి విద్యార్థులను దండించాడు.	upādhyāyuḍu cilipi vidyārthulanu daṇḍiñcāḍu.
8. You witnessed the match.	నువ్వు మ్యాచ్ చూశావా.	nuvvu myāc cūśāvā.
9. The children ran and played.	పిల్లలు పరుగెత్తుతూ వెళ్ళి ఆటలాడారు.	pillalu parugettutū veḷḷi āṭalāḍāru.
10. They laughed at the beggar.	వాళ్ళు అడుక్కునేవాడిని చూసి నవ్వారు.	vāḷḷu aḍukkunēvāḍini cūsi navvāru.
11. The girls sang a song.	ఆడపిల్లలు పాటపాడారు.	āḍapillalu pāṭapāḍāru.
12. The mother told a story of a king.	అమ్మ రాజుగారి కథ ఒకటి చెప్పింది.	amma rājugāri katha okaṭi ceppindi.
13. The baby took a sound sleep.	పసిపిల్లబాగా నిద్రపోయింది.	pasipillabāgā nidrapōyindi.

14. Rekha wrote a letter to her best friend.	రేఖ తన దగ్గిర స్నేహితురాలికి ఒక ఉత్తరం వ్రాసింది.	rēkha tana daggira snēhiturāliki oka uttaraṃ vrāsindi.
15. They ate, drank and became happy.	వాళ్ళు తాగారు, తిన్నారు మరియు తృప్తిపడ్డారు	vāḷḷu tāgāru, tinnāru mariyu tṛptipaḍḍāru

2. *Present Perfect*

1. I have done my work.	నేను నా పని చేశాను.	nēnu nā pani cēśānu.
2. She has seen me in the restaurant.	ఆవిడ నన్ను రెస్టరెంట్‌లో చూసింది.	āviḍa nannu restaraṇṭlō cūsindi.
3. You have read this book.	మీరు ఈ పుస్తకాన్ని చదివారా	mīru ī pustakānni cadivārā
4. I have finished my work.	నేను నా పనిని ముగించాను.	nēnu nā panini mugiñcānu.
5. My mother has arrived at home.	మా అమ్మ ఇంటికి వచ్చింది.	mā amma iṃṭiki vaccindi.
6. Garima has sung a song.	గరీమా పాట పాడింది.	garīmā pāṭa pāḍindi.
7. The students have gone to their home.	విద్యార్థులు వాళ్ళ ఇండ్లకు వెళ్ళారు.	vidyārthulu vāḷḷa iṃḍlaku veḷḷāru.
8. The sweeper has just washed the floor.	ఊడ్చువాడు ఇప్పుడే ఇంటిని తుడిచాడు.	ūḍcuvāḍu ippuḍē iṃṭini tuḍicāḍu.
9. The phone has stopped ringing.	ఫోన్ మ్రోగటం నిలిచి పోయింది.	phōn mrōgaṭaṃ nilici pōyindi.
10. Someone has broken the clock	ఎవరో గడియారాన్ని పగులగొట్టారు.	evarō gaḍiyārānni pagulagoṭṭāru.
11. They have heard the sad news	వాళ్ళు భాదాకరమైన వార్తను విన్నారు.	vāḷḷu bhādākaramaina vārtanu vinnāru.
12. She has made the coffee.	ఆవిడ కాఫీ తయారు చేసింది.	āviḍa kāphī tayāru cēsindi.
13. I have paid the bill.	నేను బిల్లును చెల్లించాను.	nēnu billunu celliñcānu.
14. Father has planted a tree.	నాన్న చెట్టును నాటారు.	nānna ceṭṭunu nāṭāru.
15. The play has just began.	నాటకము ఇప్పుడే ప్రారంభమయినది.	nāṭakamu ippaḍē prārambhamayinadi.

3. *Past Perfect*

1. I had already written the letter.	నేను ముందుగానే ఉత్తరం వ్రాసేశాను.	nēnu mundugānē uttaraṃ vrāsēśānu.
2. She had seen this picture before.	ఆవిడ ఊ సినిమాను ఇంతకు ముందే చూసింది.	āviḍa ū sinimānu iṃtaku mundē cūsindi.
3. Till last evening I had not seen him.	నిన్నటి సాయంత్రం వరకు నేను అతడిని చూడలేదు.	ninnaṭi sāyantraṃ varaku nēnu ataḍini cūḍalēdu.
4. Anil had gone home before Amit came.	అమి వచ్చుటకు ముందే అనిల్ ఇంటికి వెళ్ళాడు.	ami vaccuṭaku mundē anil iṃṭiki veḷḷāḍu.
5. I had finished my breakfast when Rita came.	రీటా వచ్చినపుడు నేను నా బ్రేక్‌ఫాస్ట్ ముగించాను.	rīṭā vaccinapuḍu nēnu nā brēkphāsṭ mugiñcānu.
6. We had lived in Lajpat Nagar since 1950.	1950నుంచి మేము లాజ్‌పత్ నగర్‌లో ఉంటున్నాము.	1950nuñci mēmu lājpat nagarlō uṃṭunnāmu.
7. I had waited for you for the last five days.	నేను మీకొరకు ఐదు రోజులుగా వేచి చూస్తున్నాను.	nēnu mīkoraku aidu rōjulugā vēci cūstunnānu.
8. We had never seen such a match before.	మేము ముందెన్నడు ఇటువంటి మ్యాచ్‌ని చూడలేదు.	mēmu mundennaḍu iṭuvanṭi myācni cūḍalēdu.
9. She had drunk the water.	ఆవిడ నీళ్ళు త్రాగినది.	āviḍa nīḷḷu trāginadi.
10. My sister had passed the degree examination.	మా సహోదరి డిగ్రీ పరీక్షలలో ఉత్తీర్ణురాలైనది.	mā sahōdari ḍigrī parīkṣalalō uttīrṇurālainadi.
11. I had come here to meet you.	నేను మిమ్మల్ని కలిసేందుకే ఇక్కడికి వచ్చాను.	nēnu mimmalni kalisēn dukē ikkaḍiki vaccānu.
12. They had not paid the debt.	వాళ్ళు అప్పును చెల్లించలేదు.	vāḷḷu appunu celliñcalēdu.
13. We had purhased the shirts.	మేము షర్టులను కొన్నాము.	mēmu ṣarṭulanu konnāmu.
14. The train had left the platform before we arrived there.	మేము వెళ్ళేసరికే, రైలు ప్లాట్‌ఫాంను వదలి వెళ్ళినది.	mēmu eveḷḷēsarikē, railu elāṭphānnu vadali veḷḷinadi.
15. He had seen this film.	అతను ఈ సినిమాను చూశాడు.	atanu ī sinimānu cūśāḍu.

26TH STEP ఇరవై ఆరవ పాఠము

PAST TENSE (2)

భూతకాలము (2)

4. *Doubtful Past*

1. Yashodhara might have come.	యశోధర వచ్చియుంటుంది.	yaśōdhara vacciyuṇṭundi.
2. You might have heard the name of Tagore.	మీరు టాగూర్ పేరు వినియుంటారు.	mīru ṭāgūr pēru viniyuṇṭāru.
3. She might have forgotten the past.	ఆవిడ గతాన్ని మరచిపోయి ఉంటుంది.	āviḍa gatānni maracipōyi uṃṭundi.
4. They might have slept.	వాళ్ళు నిద్రపోయుంటారు.	vāḷḷu nidrapōyuṇṭāru.
5. They might have paid her the old dues.	వాళ్ళు ఆవిడకు పాత బాకీలు చెల్లించి ఉంటారు.	vāḷḷu āviḍaku pāta bākīlu celliñci uṃṭāru.
6. He might have thought that I would be there still.	నేను ఇంకా అక్కడే ఉన్నానని ఆతను అనుకొనియుండవచ్చు.	nēnu iṃkā akkaḍē unnānani ātanu anukoniyuṇḍavaccu.
7. Mr.Malik might have written the letter.	శ్రీ మాలిక్‌గారు ఆ ఉత్తరాన్ని వ్రాసియుంటారు.	śrī mālikgāru ā uttarānni vrāsiyuṇṭāru.
8. The institution might have invited the Mayor.	సంస్థ మేయర్‌గారిని ఆహ్వానించియుంటుంది.	saṃstha mēyargārini āhvāniñciyuṇṭundi.
9. They might have laughed when she begged.	ఆవిడ అడుక్కున్నప్పుడు వాళ్ళు నవ్వియుంటారు.	āviḍa aḍukkunnappuḍu vāḷḷu navviyuṇṭāru.
10. They might have accepted it.	వాళ్ళు దానిని ఒప్పుకొనియుంటారు.	vāḷḷu dānini oppukoniyuṇṭāru.
11. She might have done her duty.	ఆవిడ తన పనిని పూర్తి చేసియుండవచ్చు.	āviḍa tana panini pūrti cēsiyuṇḍavaccu.
12. The author might have written his autobiography.	రచయిత తన స్వీయచరిత్రను వ్రాసియుండవచ్చు.	racayita tana svīyacaritranu vrāsiyuṇḍavaccu.

5. *Past Imperfect*

1. I was writing a letter when he entered the room.	అతను గదిలోనికి ప్రవేశించినపుడు నేను లేఖవ్రాస్తున్నాను.	atanu gadilōniki pravēśiñcinapuḍu nēnu lēkhavrāstunnānu.
2. I was riding to school yesterday.	నేను నిన్న బడికి గుఱ్రముపైన వెళ్ళాను.	nēnu ninna baḍiki gurramupaina veḷḷānu.
3. It was raining when I went out.	నేను బయటకు వెళ్ళినపుడు వర్షము పడుతున్నది.	nēnu bayaṭaku veḷḷinapu ḍu varṣamu paḍutunnadi.
4. While I was talking to her I heard a shout.	ఆవిడతో మాట్లాడుతున్నపుడు నేను అరుపును విన్నాను.	āviḍatō māṭlāḍutun napuḍu nēnu arupunu vinnānu.
5. He was writing an essay in Hindi.	అతను తెలుగులో ఒక వ్యాసము వ్రాస్తున్నాడు.	atanu telugulō oka vyāsamu vrāstunnāḍu.
6. When they were sleeping the dogs were keeping watch.	వాళ్ళు నిద్రిస్తున్నపుడు కుక్కలు కాపలా కాస్తున్నాయి.	vāḷḷu nidristunnapuḍu kukkalu kāpalā kāstunnāyi.
7. We were playing tennis when your brother came.	మీ సోదరుడు వచ్చినపుడు మేము టెన్నిస్ ఆడుతున్నాము.	mī sōdaruḍu vaccina puḍu mēmu ṭennis āḍutunnāmu.
8. Reena was trying hard to hide her desire.	తన కోరికను దాచేందుకు రీణ ఎంతగానో ప్రయత్నిస్తోంది.	tana kōrikanu dācēnduku rīṇa eṃtagānō prayatnistondi.
9. They were talking too loudly in the meeting.	వాళ్ళు సమావేశములో మరి బిగ్గరగా మాట్లాడుతున్నారు.	vāḷḷu samāvēśamulō mari biggaragā māṭlāḍutunnāru.
10. Asha was studying with me in school.	ఆశా నాతోబాటు బడిలో చదువుతూ ఉండినది.	āśā nātōbāṭu baḍilō caduvutū uṃḍinadi.
11. We were living in Pune two years ago.	రెండు సంవత్సరములకు మునుపు మేము పూనెలో ఉండేవాళ్ళము	reṇḍu saṃvatsaramulaku munupu mēmu pūnelō uṃḍēvāḷḷamu
12. Formerly this cow was giving ten litres of milk.	మునుపు ఈ ఆవు పది లీటర్ల పాలు ఇస్తుండేది	munupu ī āvu padi līṭarla pālu istuṇḍēdi
13. In the last world war, the Germans were fighting bravely.	గత ప్రపంచయుద్ధములో జర్మనీవాళ్ళు ధైర్యంగా పోట్లాడారి.	gata prapañcayud dhamulō jarmanīvāḷḷu dhairyaṅgā pōṭlāḍāri.
14. At that time, I was residing in Delhi.	ఆ సమయంలో నేను ఢిల్లీలో ఉండేవాణ్ణి.	ā samayaṃlō nēnu ḍhillīlō uṃḍēvāṇṇi.

15. I used to go daily to the temple.	నేను ప్రతినిత్యము గుడికి వెళ్ళుతుండేవాడిని.	nēnu pratinityamu guḍiki veḷḷutuṇḍēvāḍini.
16. Before 1947 we were living in West Panjab.	1947కు ముందు, మేము పశ్చిమ పంజాబ్‌లో ఉండేవాళ్ళము.	1947ku mundu, mēmu paśśima pañjāblō uṃḍēvāḷḷamu.
17. When I was seven years old, I was going to school all alone.	నేను ఏడుసంవత్సరముల వయసులో ఉన్నపుడు ఒంటరిగా బడికి వెళ్ళుతుండావాడిని.	nēnu ēḍusaṃvatsara mula vayasulō unnapuḍu oṃṭarigā baḍiki veḷḷutuṇḍāvāḍini.
18. When I was young, my grand mother used to tell me the story.	నేను చిన్న వయసులో ఉన్నపుడు, మా నాన్నమ్మ నాకు కథలు చెబుతుండెడిది.	nēnu cinna vayasulō unnapuḍu, mā nānnamma nāku kathalu cebutuṇḍeḍidi.
19. In his seventies he used to walk very fast.	డెబ్బై సంవత్సరముల వయసులో అతను చాలా వేగముగా నడుస్తూ ఉండేవాడు.	ḍebbai saṃvatsaramula vayasulō atanu cālā vēgamugā naḍustū uṃḍēvāḍu.

6. *Past Conditional*

1. If you had worked hard, you would have passed.	నువ్వు కష్టపడి పనిచేసి యుంటే, పాస్సయి ఉండేవాడివి.	nuvvu kaṣṭapaḍi panicēsi yuṇṭē, pāssayi uṃḍēvāḍivi.
2. Had you been honest you would have been happier.	నువ్వు నిజాయితీగా ఉండిఉంటే, సంతోషంగా ఉండేవాడివి.	nuvvu nijāyitīgā uṃḍiuṃṭē, santōṣaṅgā uṃḍēvāḍivi.
3. If she had been clever she would have not done that.	ఆవిడ తెలివైనదిగా ఉండిఉంటే, అలా చేసియుండేది కాదు.	āviḍa telivainadigā uṃḍiuṃṭē, alā cēsiyuṇḍēdi kādu.
4. Had you sung, we would have enjoyed.	నువ్వు పాడి ఉంటే, మేము సంతోషించే వాళ్ళం.	nuvvu pāḍi uṃṭē, mēmu santōṣiñcē vāḷḷaṃ.
5. If she had reached I would have gone.	ఆవిడ పాడి ఉంటే, నేను వెళ్ళివచ్చివాడిని.	āviḍa pāḍi uṃṭē, nēnu veḷḷivaccivāḍini.
6. Had you came I would have played.	నువ్వు వచ్చియున్నట్లైతే, నేను నీతో ఆడియుండేవాడిని.	nuvvu vacciyunnaṭlaitē, nēnu nītō āḍiyuṇḍē vāḍini.
7. If you had written to me I would have replied to you.	నువ్వు నాకు ఉత్తరం వ్రాసియుండినట్లైతే, నేను నీకు జవాబు ఇచ్చియుండేవాడిని.	nuvvu nāku uttaraṃ vrāsiyuṇḍinaṭlaitē, nēnu nīku javābu icciyuṇḍēvāḍini.

8. Had you asked me I would have stayed.	నువ్వు నన్ను అడిగియుండినట్లైతే, నేను ఉండేవాడిని.	nuvvu nannu aḍigiyuṇḍinaṭlaitē, nēnu uṃḍēvāḍini.
9. If she had told me earlier I would have not done so.	ఆవిడ ముందే చెప్పియున్నట్లైతే, నేను అలా చేసియుండను.	āviḍa mundē ceppiyunnaṭlaitē, nēnu alā cēsiyuṇḍanu.
10. Had you invited her she would have come.	నువ్వు ఆమెను ఆహ్వానించియున్నట్లైతే, ఆవిడ వచ్చియుండేది.	nuvvu āmenu āhvāniñciyunnaṭlaitē, āviḍa vacciyuṇḍēdi.
11. If Radha had wings she would have flown over to Krishna.	రాధకు రెక్కలుండి యున్నట్లైతే, ఆవిడ ఎగురుతూ కృష్ణుని వద్దకు చేరుకుని ఉండేది.	rādhaku rekkaluṇḍi yunnaṭlaitē, āviḍa egurutū kṛṣṇuni vaddaku cērukuni uṃḍēdi.
12. If she had liked the camera she would have bought it.	ఆవిడకు కెమెరా నచ్చియున్నట్లైతే, ఆవిడ దానిని కొనియుండెడిది.	āviḍaku kemerā nacciyunnaṭlaitē, āviḍa dānini koniyuṇḍeḍidi.

27TH STEP ఇరవై ఏడవ మెట్టు

INTERROGATIVE SENTENCES (1)

ప్రశ్నార్థక వాక్యములు (1)

Interrogative Sentences with

(1) IS ARE AM WAS WERE

1. Is Telugu difficult?	తెలుగు కష్టమైనదా?	telugu kaṣṭamaina'dā?
2. Is it cold today?	ఈరోజు చల్లగా ఉందా?	īrōju callagā umḍā?
3. Is your name Narendra Kumar?	మీ పేరు నరేంద్ర కుమారా?	mī pēru na'rēndra kuma'ārā?
4. Are you afraid of ghosts?	నువ్వు దెయ్యాలంటే భయపడతావా?	na'uva'vu deyyālaṇṭē bhayapaḍa'āvā?
5. Are you feeling well?	నువ్వు ఆరోగ్యంగా ఉన్నావా?	na'uva'vu ārōgyaṅgā unnāvā?
6. Are you Mr.Amitabh?	మీరు అమితాబ్‌గారా?	mīru ami'ābgārā?
7. Am I afraid of you?	నేను నిన్నుచూసి భయపడతావా?	nēna'u na'nucūsi bhayapaḍa'ānā?
8. Am I a fool?	నేను మూర్ఖుడినా?	nēna'u ma'ūrkhuḍinā?
9. Am I your servant?	నేను నీ సేవకుడినా?	nēna'u sēva'kuḍinā?
10. Was she frightened?	ఆవిడ భయపడినదా?	āviḍa bhayapaḍina'dā?
11. Was he a stranger here?	అతను ఈ స్థలానికి కొత్తా?	a'na'u ī sthalāki ko'tā?
12. Was the moon shining?	చంద్రుడు మెరుస్తున్నాడా?	candruḍu merustunnāḍā?
13. Were the boys playing football?	అబ్బాయిలు ఫుట్‌బాల్ ఆడుతుండిరా?	abbāyilu phuṭbāl āḍu'umḍirā?
14. Were you enjoing yourself in Simla?	నువ్వు సిమ్లాలో సంతోషంగా గడుపుతుంటివా?	na'uva'vu sima'lālō saṃ'ō ṣaṅgā gaḍupu'umṭivā?
15. Were you not	నువ్వు నీ స॰ ఉద్యోగులతో	na'uva'vu saha

happy with your collegues?	సంతోషంగా లేవా?	udyōgula'ō saṃ'ōṣangā lēvā?

(2) DO, DOES, DID

16. Do we shirk work?	మనము పనినుండి తప్పించుకు తిరుగుతామా?	ma'na'ma'u pana'uṃḍi 'ppiñcuku tirugu'āma'ā?
17. Do you smoke?	నువ్వు పొగత్రాగుతావా?	na'uva'vu poga'rāgu'āvā?
18. Do you always speak the truth?	నువ్వు ఎల్లప్పుడూ నిజాన్నే మాట్లాడుతావా?	na'uva'vu ellappuḍū jānnē ma'āṭlāḍu'āvā?
19. Does she like to dress well?	ఆవిడకు మంచి వస్త్రధారణ చేసుకోవడం ఇష్టమేనా?	āviḍaku ma'ṃci va'stradhāraṇa cēsukōva'ḍaṃ iṣṭamēnā?
20. Does he play games?	అతను ఆటలు ఆడుతాడా?	a'na'u āṭalu āḍu'āḍā?
21. Does she like her neighbour?	ఆవిడకు తన ఇరుగు పొరుగు వారంటే ఇష్టమేనా?	āviḍaku 'na' irugu porugu vāraṇṭē iṣṭamēnā?
22. Did Anupam eat all the apples?	అనుపమ్ అన్ని ఆపిల్స్‌ను తినేశాడా?	ana'upam ana āpilsna'u tinēśāḍā?
23. Did you build it?	నువ్వు దానిని తయారుచేశావా?	na'uva'vu dā yārucēśāvā?
24. Did you ring the bell?	నువ్వు గంట కొట్టావా?	na'uva'vu ganṭa koṭṭāvā?

(3) HAS, HAVE, HAD

25. Has he written to father?	అతను నాన్నకు లేఖ వ్రాశాడా?	a'na'u nāna'naku lēkha vrāśāḍā?
26. Has her tempera ture gone down?	ఆవిడ శరీర ఉష్ణోగ్రత తగ్గిపోయిందా?	āviḍa śarīra uṣṇōgra' 'ggipōyindā?
27. Has Anurag missed the train?	అనురా□ ట్రైన్‌ను తప్పిపోయాడా?	ana'urāg ṭrainna'u 'ppipōyāḍā?
28.Have you spent all your money?	నువ్వు నీ డబ్బంతా ఖర్చు చేసేశావా?	na'uva'vu ḍabbaṃ'ā kharcu cēsēśāvā?
29. Have you ever driven any car?	నువ్వు ఎప్పుడూ కా□ ను డ్రైవ్‌చేయలేదా?	na'uva'vu eppuḍū kārna'u ḍraivcēyalēdā?
	మీరు నా చేతిరుమాలుని చూశారా?	

30. Have you found my handkerchief?	తపాలా బంట్రోతు ఏవైనా ఉత్తరములనిచ్చాడా?	mīru nā cētiruma'ālu cūśārā?
31. Had the postman delivered any letter?	నువ్వు నీ పనిని పూర్తి చేశావా? నువ్వు ఎప్పుడు కానీ బాంబే	'pālā banṭrō'u ēvainā u'tarama'ulaccāḍā?
32. Had you finished your work?	వెళ్ళలేదా?	na'uva'vu pa pūrti cēśāvā?
33. Had you ever been to Bombay?		na'uva'vu eppuḍu kā bāmbē veḷḷalēdā?

(4) WILL, SHALL, WOULD, SHOULD

34. Will they attend the meeting in time?	వాళ్ళు సమయానికి మీటింగ□ కు హాజరౌతారా?	vāḷḷu sama'yāki mīṭiṅgku hājarau'ārā?
35. Will you meet her at the station?	నువ్వు ఆవిడను స్టేషన్‌లో కలుస్తావా?	na'uva'vu āviḍana'u sṭēṣanlō kalustāvā?
36. Shall I not apologize for my mistake?	నేను నా పొరపాటుకు క్షమాపణ అడగక్కర్లేదా?	nēna'u nā porapāṭuku kṣama'āpaṇa aḍagakkarlēdā?
37. Shall we call on her?	మనము ఆవిడను కలవాలా? నాకు అవసరమైతే అతను నాకు కొంచెం డబ్బులు ఇస్తాడా?	ma'na'ma'u āviḍana'u kalavālā?
38. Would he give me some rupees if I needed ?	నేను పొరపాటు చేసినట్లైతే, నువ్వు నాకు సరైన జవాబును చెబుతావా?	nāku ava'saramai'ē a'na'u nāku koñcem ḍabbulu istāḍā?
39. Would you tell me the correct answer if I am wrong ?	నేను మిమ్మల్ని ఇబ్బంది పెట్టకూడదా? మనము ఇతరుల మంచి	nēna'u porapāṭu cēsina' ṭlai'ē, na'uva'vu nāku saraina' javābuna'u cebu'āvā?
40. Should I not disturb you?	పనులను మరచిపోవాలా?	nēna'u mima'malni ibbandi peṭṭakūḍadā?
41. Should we forget the noble acts of others?		ma'na'ma'u i'rula ma'ṃci pana'ulana'u ma'racipōvālā?

(5) CAN, COULD, MAY

42. Can you solve this riddle?	నువ్వు ఈ పొడుపుకథను విప్పగలవా?	na'uva'vu ī poḍupuka thana'u vippagalavā?
43. Can you jump over this fence?	నువ్వు ఈ గోడను దాటగలవా?	na'uva'vu ī gōḍana'u dāṭagalavā?
44. Could he come in time?	అతను సమయానికి రాగలడా?	a'na'u sama'yāki rāgalaḍā?
45. Could we do this job alone?	మనము ఈ పనిని ఒంటరిగా చేయగలమా?	ma'na'ma'u ī pa omṭarigā cēyagalama'ā?
46. May I come in, Sir?	నేను లోనికి రావొచ్చా, సా□ ?	nēna'u lōki rāvoccā, sār?
47. May I accompany you, Madam?	నేను మీతో రావొచ్చా, మేడమ్?	nēna'u mī'ō rāvoccā, mēḍam?
48. May I have your attention?	నేను మీ శ్రద్ధను పొందవచ్చా?	nēna'u mī śraddhana'u pondava'ccā?

28TH STEP ఇరవై ఎనిమిదవ మెట్టు

INTERROGATIVE SENTENCES (2)

ప్రశ్నార్థక వాక్యములు (2)

Interrogative Sentences With
(1) WHAT WHEN WHERE WHY

1. What is your name?	మీ పేరు ఏమిటి?	mī pēru ēmiṭi?
2. What is your age?	మీ వయసు ఎంత?	mī va'yasu eṃ'?
3. What does this mean?	దీని అర్థము ఏమిటి?	dī arthama'u ēmiṭi?
4. What do you want?	మీకు ఏమి కావాలి?	mīku ēmi kāvāli?
5. What did you pay?	మీరు ఎంత చెల్లించారు?	mīru eṃ' celliñcāru?
6. What will you take?	మీరు ఏమి తీసుకుంటారు?	mīru ēmi tīsukuṇṭāru?
7. What is the time now?	సమయము ఎంత అవుతోంది?	sama'yama'u eṃ' ava'u'ōṃdi?
8. What colour do you like?	మీకు ఏ రంగు ఇష్టము?	mīku ē raṅgu iṣṭama'u?
9. What wages do you want?	మీకు ఎంత వేతనము కావాలి?	mīku eṃ' vē'na'ma'u kāvāli?
10. What is your hobby?	మీ వ్యాసంగము ఏమిటి?	mī vyāsaṅgama'u ēmiṭi?
11. When do you get up in the morning?	మీరు ఉదయం ఎన్నింటికి నిద్రలేస్తారు?	mīru udayaṃ enaṇṭiki dralēstāru?
12. When did you hear this news?	మీరీ వార్త ఎప్పుడు విన్నారు?	mīrī vārta eppuḍu vinnāru?
13. When shall we return?	మనము ఎప్పుడు మరలివస్తాము?	ma'na'ma'u eppuḍu ma'raliva'stāma'u?
14. When will you finish your work	మీరు మీ పనిని ఎప్పుడు పూర్తి చేస్తారు?	mīru mī pa eppuḍu pūrti cēstāru?
15. When did she tell you her story?	ఆవిడ తన కథను మీకు ఎప్పుడు చెప్పింది?	āviḍa 'na' kathana'u mīku eppuḍu ceppindi?

16. When will they meet again?	వాళ్ళు మరలా ఎప్పుడు కలుస్తారు?	vāḷḷu ma'ralā eppuḍu kalustāru?
17. When was your car stolen?	మీ కారు ఎప్పుడు దొంగలించబడినది?	mī kāru eppuḍu doṅgalin̄cabaḍina'di?
18. When do you wear your new clothes?	మీరు మీ కొత్త బట్టలను ఎప్పుడు వేసుకుంటారు?	mīru mī ko'ta baṭṭalana'u eppuḍu vēsukuṇṭāru?
19. When do we have to leave this station?	మనము ఈ స్టేషను నుండి ఎప్పుడు బయలుదేరాలి?	ma'na'ma'u ī sṭēṣana'u na'umḍi eppuḍu bayaludērāli?
20. At what time do you sleep at night?	మీరు రాత్రి ఎన్నింటికి నిద్రపోతారు?	mīru rātri enanṭiki drapō'āru?
21. Where is your purse?	మీ పర్సు ఎక్కడుంది?	mī parsu ekkaḍundi?
22. Where are you going?	మీరు ఎక్కడికి వెళుతున్నారు?	mīru ekkaḍiki veḷu'unnāru?
23. Where do they live?	వాళ్ళు ఎక్కడ నివశిస్తారు?	vāḷḷu ekkaḍa va'śistāru?
24. Where does this path lead do?	ఈ దారి ఎటు వెళుతుంది?	ī dāri eṭu veḷu'umḍi?
25. Where have you come from?	మీరు ఎక్కడినుండి వచ్చారు?	mīru ekkaḍina'umḍi va'ccāru?
26. Where can we obtain books?	మేము పుస్తకములను ఎక్కడ తీసుకోవచ్చు?	mēma'u pustakama'u lana'u ekkaḍa tīsukōva'ccu?
27. Where was your watch made?	మీ వాచీ ఎక్కడ తయారు చేయబడినది?	mī vācī ekkaḍa 'yāru cēyabaḍina'di?
28. Where do you buy tea?	మీరు టీ ఎక్కడ కొంటారు?	mīru ṭī ekkaḍa koṇṭāru?
29. Where can I get down?	నేను ఎక్కడ దిగగలను?	nēna'u ekkaḍa digagalana'u?
30. Where shall we go now?	మనము ఇప్పుడు ఎక్కడికి వెళదాము?	ma'na'ma'u ippuḍu ekkaḍiki veḷadāma'u?
31. Why does he not apply for this post?	అతను ఈ ఉద్యోగానికి ఎందుకు అభ్యర్థన వేయలేదు?	a'na'u ī udyōgāki emḍuku abhyarthana' vēyalēdu?
32. Why did you not come early?	మీరు త్వరగా ఎందుకు రాలేదు?	mīru 'varagā emḍuku rālēdu?
33. Why did she abuse me?	ఆవిడ నన్ను ఎందుకు తిడుతోంది?	āviḍa na'na'nu emḍuku tiḍu'ōmḍi?

34. Why do you drink so much?	మీరు అంతగా ఎందుకు తాగుతారు?	mīru am'gā eṃduku 'āgu'āru?
35. Why do you not solve my queries?	మీరు నా ప్రశ్నలకు సమాధానమెందుకు చెప్పరు?	mīru nā praśnalaku sama'ādhāna'menduku cepparu?
36. Why are you so sad today?	మీరు ఈరోజు ఇంత విచారముగా ఎందుకున్నారు?	mīru īrōju iṃ' vicārama' ugā eṃdukunnāru?
37. Why was your mother angry with you?	మీ అమ్మ నీపైన ఎందుకు కోపంగా ఉన్నారు?	mī ama'ma paina' eṃdu ku kōpaṅgā unnāru?
38. Why do some people travel abroad?	కొద్దిమంది విదేశాలకు ఎందుకు ప్రయాణము చేస్తారు?	koddima'ṃdi vidēśālaku eṃduku prayāṇama'u cēstāru?
39. Why was that M.L.A. sent to prison?	యం.ఎల్.ఏ. ఎందుకు జైలుకు పంపబడ్డారు?	yaṃ.el.ē. eṃduku jailuku pampabaḍḍāru?

(2) WHO WHOM WHOSE

41. Who is that fellow?	అతను ఎవరు?	a'na'u eva'ru?
42. Who lives in this house?	ఈ ఇంటిలో ఎవరు నివశిస్తున్నారు?	ī iṃṭilō eva'ru va'śistunnāru?
43. Who sang this song?	ఈ పాటను ఎవరు పాడారు?	ī pāṭana'u eva'ru pāḍāru?
44. Who repairs the watches?	వాచ్‌లను ఎవరు రిపేర్ చేస్తారు?	vāclana'u eva'ru ripēr cēstāru?
45. Who controlled the traffic?	ట్రాఫిక్‌ను ఎవరు కంట్రోల్ చేశారు?	ṭrāphikna'u eva'ru kanṭrōl cēśāru?
46. Whom do you want?	మీకు ఎవరు కావాలి?	mīku eva'ru kāvāli?
47. By whom are you employed?	మీరు ఎవరి ద్వారా పనిలో చేరారు?	mīru eva'ri dvārā palō cērāru?
48. Whom had you promised?	మీరు ఎవరికి వాగ్దానం చేశారు?	mīru eva'riki vāgdhāna'ṃ cēśāru?
49. Whose house is that?	అది ఎవరి ఇల్లు?	adi eva'ri illu?
50. In whose employment are our teachers?	మన ఉపాధ్యాయులు ఏ పనిలో ఉన్నారు?	ma'na' upādhyāyulu ē palō unnāru?

29TH STEP 29 ನೆಯ ಹಂತ

INTERROGATIVE SENTENCES (3)

ಪ್ರಶ್ನಾತ್ಮಕ ವಾಕ್ಯಗಳು (3)

Interrogative Sentences with

(1) HOW HOW LONG HOW MANY HOW MUCH

1. How do you do?	మీరు ఎలా ఉన్నారు?	mīru elā unnāru?
2. How do you feel now?	మీకు ఇప్పుడెలా ఉంది?	mīku ippuḍelā uṃdi?
3. How did you come to know the truth?	మీకు నిజం ఎలా తెలిసింది?	mīku jaṃ elā 'elisindi?
4. How are you?	మీ ఆరోగ్యం ఎలా ఉంది?	mī ārōgyaṃ elā uṃdi?
5. How old are you?	మీ వయసెంత?	mī va'yaseṃ'?
6. How is it possible?	అదెలా సాధ్యం?	adelā sādhyaṃ?
7. How old is your son?	మీ అబ్బాయి వయసెంత?	mī abbāyi va'yaseṃ'?
8. How do you manage it?	మీరు దానిని ఎలా నిర్వహించారు?	mīru dā elā rvahiñcāru?
9. How long have you been in India?	మీరు భారతదేశంలో ఎంత కాలంగా ఉన్నారు?	mīru bhāra'dēśaṃlō eṃ' kālaṅgā unnāru?
10. How long has your mother been sick?	మీ అమ్మ ఎంత కాలంగా అనారోగ్యంగా ఉన్నారు?	mī ama'ma eṃ' kālaṅgā anārōgyaṅgā unnāru?
11. How long do they want the rooms for?	వాళ్ళకు గదులు ఎంత సమయానికి కావాలి?	vāḷḷaku gadulu eṃ' sama'yāki kāvāli?
12. How long is the post-office from your residence?	మీ నివాస స్థలం నుండి పోస్టాఫీసు ఎంత దూరం ఉంది?	mī vāsa sthalaṃ na'uṃḍi pōsṭāphīsu eṃ' dūraṃ uṃdi?
13. How long is this room?	ఈ గది ఎంత విశాలంగా ఉంది?	ī gadi eṃ' viśālaṅgā uṃdi?
14. How long is the capital from here?	రాజధాని ఇక్కడికి ఎంతదూరంలో ఉంది?	rājadhā ikkaḍiki eṃ'dūraṃlō uṃdi?

15. How many family members have you?	మీ కుటుంబములో ఎందరు సభ్యులు ఉన్నారు?	mī kuṭumbama'ulō emḍaru sabhyulu unnāru?
16. How many brothers and sisters have you?	మీకు ఎందరు సోదరసోదరీమణులున్నారు?	mīku emḍaru sōdarasōdarīma'ṇulunnāru?
17. How many seats are there in the bus?	బస్సులో ఎన్ని సీట్లు ఉన్నాయి?	bassulō ena sīṭlu unnāyi?
18. How much money is to be paid?	ఎంత డబ్బు చెల్లించాలి?	emṃ' ḍabbu celliñcāli?
19. How much do you charge per head?	మీరు ఒకరికి ఎంత తీసుకుంటారు?	mīru okariki emṃ' tīsukunṭāru?
20. How much milk is required?	ఎంత పాలు కావలసి ఉంటుంది ?	emṃ' pālu kāva'lasi umṭundī ?

(2) WHICH

21. Which is your umbrella?	మీ గొడుగు ఏది?	mī goḍugu ēdi?
22. Which film will you see on Sunday?	మీరు ఆదివారము ఏ సినిమా చూస్తారు?	mīru ādivārama'u ē sima'ā cūstāru?
23. Which is the right way?	సరైన దారి ఏది?	saraina' dāri ēdi?
24. Which is the booking office?	బుకింగ్ ఆఫీస్ ఏది?	bukiṅg āphīs ēdi?
25. Which is your favourite book?	మీకు ఇష్టమైన పుస్తకం ఏది?	mīku iṣṭamaina' pustakaṃ ēdi?
26. At which platform does the frontier mail will arrive?	ఫ్రాంటియర్ మెయిల్ ఏ ప్లాట్‌ఫాం పైకి వస్తుంది?	phrāṇṭiyar meyil ē phlāṭphāṃ paiki va'stundi?

30TH STEP ముప్పైయ్యవ మెట్టు

NEGATIVE SENTENCES

వాక్యములు

Negative Sentences with
(1) NOT NO-NOT NO NEVER NOTHING SELDOM

1. My father is not feeling well.	మా నాన్నగారి ఆరోగ్యము బాగాలేదు.	ma'ā nāna'nagāri ārōgyama'u bāgālēdu.
2. We are not fools.	మేము మూర్ఖులము కాము.	mēma'u ma'ūrkhulama'u kāma'u.
3. I don't know what you say.	మీరు ఏమి చెబుతున్నారో నాకు తెలియడం లేదు.	mīru ēmi cebu'unnārō nāku 'eliyaḍaṃ lēdu.
4. I don't know who she is.	ఆవిడ ఎవరని నాకు తెలియదు.	āviḍa eva'ra nāku 'eliyadu.
5. No, I don't understand.	లేదు, నాకు అర్థము కావడం లేదు.	lēdu, nāku arthama'u kāva'ḍaṃ lēdu.
6. I know nothing about it.	నాకు దానిని గురించి ఏమీ తెలియదు.	nāku dā guriñci ēmī 'eliyadu.
7. Nothing in particular.	ఏమీలేదు.	ēmīlēdu.
8. I did not want anything.	నాకు ఏమీ వద్దు.	nāku ēmī va'ddu.
9. No sir, the boss has not come yet.	లేదు సార్, బాస్ ఇంకా రాలేదు.	lēdu sār , bās iṃkā rālēdu.
10. No thorough- fare.	సరైన దారి లేదు.	saraina' dāri lēdu.
11. No, I have a headache.	లేదు, నాకు తల నొప్పిగా ఉంది.	lēdu, nāku 'la noppigā uṃdi.
12. No, not at all. She is not trust worthy.	కాదు, అస్సలు కాదు. ఆవిడ నమ్మదగిన మనిషి కాదు.	kādu, assalu kādu. āviḍa na'ma'madagina' ma'ṣi kādu.
13. Barking dogs seldom bite.	మొరిగే కుక్కలు ఎప్పుడూ కరవవు.	morigē kukkalu eppuḍū karava'va'u.
14. One has never seen such an absurd	అటువంటి అసభ్యమైన వ్యక్తిని ఎవరూ చూడలేదు.	aṭuva'ṃṭi asabhyamaina' va'yakti eva'rū cūḍalēdu.

man.

15. Do not touch it.	దానిని తాకొద్దు.	dā 'ākoddu.

(2) Negative Sentences with Interrogation

16. I can jump. Can't I?	నేను గెంతగలను. గెంతలేనా?	nēna'u gem̤'galana'u. gem̤'lēnā?
17. We shall return in time. Shan't we?	మనము సమయానికి తిరిగివస్తాము. కాదా?	ma'na'ma'u sama'yāki tirigiva'stāma'u. kādā?
18. They will surely come. Won't they?	వాళ్ళు తప్పక వస్తారు. రారా?	vāḷḷu 'ppaka va'stāru. rārā?
19. They are fools. Aren't they?	వాళ్ళు మూర్ఖులు. కాదా?	vāḷḷu ma'ūrkhulu. kādā?
20. You should not abuse others. Should you?	నువ్వు ఇతరుల్ని దూషించకూడదు. దూషించాలా?	na'uva'vu i'rulni dūṣiñcakūḍadu. dūṣiñcālā?
21. You must not smoke. Must you?	మీరు పొగత్రాగరాదు. త్రాగాలా?	mīru poga'rāgarādu. 'rāgālā?
22. There is enough milk. Isn't it?	కావలసినంత పాలు ఉంది. లేదా?	kāva'lasina'm̤' pālu um̤di. lēdā?
23. Can't you find your handkerchief?	మీరు చేతిరుమాలుని కనుగొనలేకున్నారా?	mīru cētiruma'ālu kana'ugona'lēkunnārā?
24. Couldn't he have done better?	అతను ఇంకా బాగా చేసియుండలేడా?	a'na'u im̤kā bāgā cēsiyuṇḍalēḍā?
25. Won't you be able to come and see us?	నువ్వు మమ్మల్ని చూసేందుకు వచ్చియుండలేవా?	na'uva'vu ma'ma'malni cūsēnduku va'cciyuṇḍalēvā?
26. Aren't you going to walk now?	నువ్వు ఇప్పుడు నడవబోవుటలేదా?	na'uva'vu ippuḍu na'ḍava'bōva'uṭalēdā?
27. Must I tell you again?	నాకు నీతో ఇంకొకసారి చెప్పాల్సిన అవసరం వస్తుందా?	nāku 'ō im̤kokasāri ceppālsina' ava'saram̤ va'stundā?
28. Don't I have to close the shop?	నాకు షాప్‌ను మూయవలసి రాదా?	nāku ṣāpna'u ma'ūyava'lasi rādā?

PART 4 - SITUATIONAL SENTENCES

31ST STEP ముప్పై ఒకటవ పాఠము

AT HOME

ఇంటిలో

1. You have come to visit after a long time.	మీరు చాలా రోజుల తరువాత వచ్చారు.	mīru cālā rōjula 'ruvā' va'ccāru.
2. What brings you here?	ఇక్కడకు ఎందు వచ్చినట్లు ?	ikkaḍaku eṃdu va'ccina'ṭlu ?
3. What is the problem with you?	మీకు రావడానికెలా కుదిరింది?	mīku rāva'ḍākelā kudirindi?
4. I seek your advice.	నాకు మీ ఉద్దేశ్యం కావాలి.	nāku mī uddyēśyaṃ kāvāli.
5. What is your opinion on this matter?	ఈ విషయంలో మీ అభిప్రాయం ఏమిటి?	ī viṣayaṃlō mī abhiprāyaṃ ēmiṭi?
6. I have come for some important matter.	నేను ఒక ముఖ్యమైన పనిమీద వచ్చాను.	nēna'u oka ma'ukhya maina' pamīdava'ccāna'u.
7. She had some work with you.	ఆమెకు మీతో ఒక పని ఉన్నది.	āmeku mī'ō oka pa una'nadi.
8. Come some other time.	మళ్ళీ ఎప్పుడైనా రండి.	ma'ḷḷī eppuḍainā raṇḍi.
9. Both of you may come.	మీ ఇద్దరూ రండి.	mī iddarū raṇḍi.
10. Promise that you shall come.	మీరు ఖచ్చితంగా వస్తారని మాట ఇవ్వండి.	mīru khacci'ṃgā va'stāra ma'āṭa iva'vaṇḍi.
11. I have forgotten your name.	నాకు మీ పేరు గుర్తురావడం లేదు.	nāku mī pēru gurturāva'ḍaṃ lēdu.
12. You are beyond recognition.	మీరు గుర్తుపట్టలేనట్టుగా మారిపోయారు.	mīru gurtupaṭṭalēna' ṭṭugā ma'āripōyāru.
13. I woke up early this morning.	నేను ఈరోజు ప్రొద్దున త్వరగా మేలుకున్నాను.	nēna'u īrōju prodduna' 'varagā mēlukunnāna'u.
14. I did not think it proper to wake youup.	నాకు మిమ్మల్ని లేపడం సరికాదనిపించింది.	nāku mima'malni lēpaḍ aṃ sarikādapiñcindi.
15. Are you still	మీరు ఇంకా మేలుకునే	mīru iṃkā mēlukunē

awake?	ఉన్నారా?	unnārā?
16. I shall rest for a while.	నేను కాసేపు విశ్రాంతి తీసుకోనాలి?	nēna'u kāsēpu viśrānti tīsukōnāli?
17. Let them rest.	వాళ్ళు విశ్రాంతి తీసుకోనివ్వండి.	vāḷḷa viśrānti tīsukōva'vaṇḍi.
18. I shall come some other day	నేను ఇంకెప్పుడైనా వస్తాను.	nēna'u iṃkeppuḍainā va'stāna'u.
19. I am feeling sleepy.	నాకు నిద్ర వస్తోంది.	nāku dra va'stōndi.
20. Go and take rest.	వెళ్ళి విశ్రాంతి తీసుకొండి.	veḷḷi viśrānti tīsukoṇḍi.
21. I feel very sleepy.	నాకు మంచి నిద్రవస్తోంది.	nāku ma'ṃcidrava'stōndi.
22. Please inform me of her arrival.	అవిడ రాకడాన్ని నాకు చెప్పండి.	aviḍa rākaḍnā nāku ceppaṇḍi.
23. He left a long while ago.	అతను చాలా కాలానికి ముందే వెళ్ళిపోయారు.	a'na'u cālā kālāki ma'uṃdē veḷḷipōyāru.
24. Why did you not go?	మీరు ఎందుకు వెళ్ళలేదు?	mīru eṃduku veḷḷalēdu?
25. I could not go because of some urgent work.	నాకు చాలా అత్యవసరమైన పని ఉన్నందున వెళ్ళలేకపోయాను.	nāku cālā a'yava'sara maina' pa una'nanduna' veḷḷalēkapōyāna'u.
26. Why did you not come day before yesterday.	మీరు మొన్న ఎందుకు రాలేదు?	mīru mona'na eṃduku rālēdu?
27. There was an urgent work.	ఒక అవసరమైన పని వచ్చినది.	oka ava'saramaina' pa va'ccina'di.
28. I have been out since morning.	పొద్దున్నుంచి బయట తిరుగుతున్నాను.	podduna'nuñci bayaṭa tirugu'unnāna'u.
29. They must be waiting for me at home.	వాళ్ళు నాకోసం ఇంట్లో కాచుకుని ఉండి ఉంటారు.	vāḷḷu nākōsaṃ iṃṭlō kācuku uṃḍi uṃṭāru.
30. I cannot stay any longer now.	నేను ఇప్పుడు ఇంకా ఉండలేను.	nēna'u ippuḍu iṃkā uṃḍalēna'u.
31. Good bye, see you again.	వెళ్ళొస్తాను, తరువాత కలుద్దాం.	veḷḷostāna'u, 'ruvā' kaluḍdāṃ.

32ND STEP ముప్పై రెండవ మెట్టు

SHOPPING

షాపింగ్

1. Where is the Central Market?	సెంట్రల్ మార్కెట్ ఎక్కడుంది?	seṇṭral ma'ārkeṭ ekkaḍundi?
2. I am going there, follow me.	నేను అక్కడికే వెళుతున్నాను, నాతో రండి.	nēna'u akkaḍikē veḷu'u nnāna'u, nā'ō raṇḍi.
3. I want to purchase some clothes.	నేను బట్టలు కొనాలనుకుంటున్నాను.	nēna'u baṭṭalu konālana'ukuṇṭunnāna'u.
4. Which is the cheapest and best shop?	చౌకగాను ఉత్తమమైనదిగాను ఉన్న దుకాణమేది?	caukagāna'u u'tama'maina'digāna'u una'na dukāṇamēdi?
5. How much money have you?	మీ వద్ద ఎంత డబ్బు ఉంది?	mī va'dda eṃ' ḍabbu uṃdi?
6. Don't spend more than you can afford.	మీ రాబడికన్నా ఎక్కువ ఖర్చు చేయొద్దు.	mī rābaḍikannā ekkuva' kharcu cēyoddu.
7. Is the price fixed?	నిర్ణీత వెలేనా?	rṇī' velēnā?
8. State your minimum price.	మీరు ఇద్దామనుకునే అతి తక్కువ ధరను చెప్పండి.	mīru iddāma'na'ukunē ati 'kkuva' dharana'u ceppaṇḍi.
9. Will you give it for seventy rupees?	డెబ్బై రూపాయలకు ఇస్తారా?	ḍebbai rūpāyalaku istārā?
10. Count the money.	డబ్బు లెక్కపెట్టండి.	ḍabbu lekkapeṭṭaṇḍi.
11. Give me the balance.	మిగిలిన డబ్బును ఇవ్వండి.	migilina' ḍabbuna'u iva'vaṇḍi.
12. Do you sell socks?	మీరు మేజోళ్ళును అమ్ముతున్నారా?	mīru mējoḷḷuna'u ama'mu'unnārā?
13. Buy this one.	దీనిని కొనుక్కోండి.	dī kona'ukkōṇḍi.
14. Show me another variety.	నాకు వేరే రకాన్ని చూపండి.	nāku vērē raknā cūpaṇḍi.
15. I do not want this.	నాకు ఇది వద్దు.	nāku idi va'ddu.

16. Not so costly.	అంత ఖరీదైనది వద్దు.	aṃ' kharīdaina'di va'ddu.
17. I do not want this colour.	నాకు ఈ రంగు వద్దు.	nāku ī raṅgu va'ddu.
18. It is faded.	దీని రంగు వెలిసిపోయింది.	dī raṅgu velisipōyindi.
19.This is good.	ఇది బాగుంది.	idi bāgundi.
20. It is very dear.	ఇది చాలా ఖరీదైనది.	idi cālā kharīaidena'di.
21. Quite cheap.	చాలా చౌకగా ఉంది.	cālā caukagā uṃdi.
22. Will it shrink?	ఇది క్రుంగుతుందా?	idi kruṅgu'uṃdā?
23. Can you recommend a good shop for shoes?	షూలు కొనేందుకు ఒక మంచి అంగడిని చెప్పగలరా?	ṣūlu konēnduku oka ma'ṃci aṃgaḍi ceppagalarā?
24. Bata shoes are quite reliable.	బాటా షూలు నమ్మకమైనవి.	bāṭā ṣūlu na'ma'makamaina'vi.
25. May we get it for you?	మేము మీకోసం షూలను తెప్పించమా?	mēma'u mīkōsaṃ ṣūlana'u 'eppiñcama'ā?
26. Is the shop far away?	ఆ షాప్ చాలా దూరంగా ఉందా?	ā ṣāp cālā dūraṅgā uṃdā?
27. How much for a pair?	ఒక జతకు వెల ఎంత?	oka ja'ku vela eṃ'?
28. Where is my bill?	నా బిల్లు ఎక్కడుంది?	nā billu ekkaḍundi?
29. Which is the payment counter?	డబ్బు చెల్లించేందుకు కౌంటరు ఎక్కడుంది?	ḍabbu celliñcēnduku kauṇṭaru ekkaḍundi?
30. Please give me the maximum discount.	దయచేసి నాకు ఒక్కువ తగ్గింపును ఇవ్వండి.	dayacēsi nāku okkuva' 'ggimpuna'u iva'vaṇḍi.
31. The error or omission will be adjusted.	పొరపాటు లేక లోపము సర్దుబాటు చేయబడుతుంది	porapāṭu lēka lōpama'u sardubāṭu cēyabaḍu'uṃdi.

33RD STEP ముప్పై మూడవ మెట్టు

CRAFTSMAN

వృత్తిపనివాడు

(1) Cobbler కాబ్లర్

1. Have you mended my shoes?	మీరు నా చెప్పులు బాగుచేశారా?	mīru nā ceppulu bāgucēśārā?
2. I want to get these shoes resoled.	నేను వీటి అడుగుభాగాన్ని సరిచేయాలను కుంటున్నాను.	nēna'u vīṭi aḍugubhā gnā saricēyālana'u kuṇṭunnāna'u.
3. What would you charge for resoling?	కొత్తభాగాన్ని వేసేందుకు ఎంతతీసుకుంటారు?	ko'tabhāgnā vēsēnduku eṃ'tīsukuṇṭāru?
4. Don't use nails, stitch it.	మేకులతో కొట్టొద్దు, దారంతో కుట్టండి.	mēkula'ō koṭṭoddu, dāraṃ'ō kuṭṭaṇḍi.
5. I need white laces.	నాకు తెల్ల లేసులు కావాలి.	nāku 'ella lēsulu kāvāli.

(2) Watch-maker తయారుచేయువాడు

6. What is wrong with your watch?	మీ వాచీకి లోపం ఏమిటి?	mī vācīki lōpaṃ ēmiṭi?
7. This watch gains eight minutes a day.	ఈ వాచీ ప్రతిరోజుకీ ఎనిమిది నిమిషాలు ముందుకి పోతోంది.	ī vācī pratirōjukī emidi miṣālu ma'uṃduki pō'ōṃdi.
8. That watch loses six minutes in 24 hours.	ఆ వాచీ 24 గంటలకు ఆరు నిమిషాలు తగ్గుతూ వస్తోంది.	ā vācī 24 ganṭalaku āru miṣālu 'ggu'ū va'stōndi.
9. Did you drop this watch?	ఈ వాచీ మీ చేతినుండి కిందపడిపోయిందా?	ī vācī mī cētina'uṃḍi kindapaḍipōyindā?
10. The hand of this watch is broken	ఈ వాచీ యొక్క సమతూనిక పడిపోయింది.	ī vācī yokka sama"ūka paḍipōyindi.

(3) Tailor దర్జీ

11. Is there any good tailor's shop?	ఇక్కడేదైనా మంచి టైలర్‌షాప్ ఉందా?	ikkaḍēdainā ma'ṃci ṭailarṣāp uṃdā?
12. I want to have a	నేను ఒక సూట్	nēna'u oka sūṭ

suit stitched.	కుట్టించుకోవాలి.	kuṭṭiñcukōvāli.
13. Would you like loose fitting ?	మీరు వదులుగా ఉంటే ఇష్టపడుతారా?	mīru va'dulugā uṃṭē iṣṭapaḍu'ārā?
14. No, I would like tight fitting.	కాదు, నాకు బిగువుగా సరిపోయేలాగా ఉండాలి.	kādu, nāku biguva'ugā saripōyēlāgā uṃḍāli.
15. Is the shirt ready?	చొక్కా సిద్ధంగా ఉందా?	cokkā siddhaṅgā uṃdā?
16. Yes, I have only to iron it.	ఆ, ఇస్త్రీ మాత్రం చేయాలి.	ā, istrī ma'ā'raṃ cēyāli.

(4) Hair-dresser క్షౌరిక

17. How long do I have to wait?	నేనింకా ఎంతసేపు ఆగాలి?	nēṅkā eṃ'sēpu āgāli?
18. What do you charge for a clean shave?	బాగా షేవ్ చేసేందుకు ఎంత తీసుకుంటారు?	bāgā ṣēv cēsēnduku eṃ' tīsukuṇṭāru?
19. Please sharpen the razor.	రేజర్‌ను బాగ పదును పెట్టండి.	rējarna'u bāga paduna'u peṭṭaṇḍi.
20. Your razor is blunt.	మీ రేజర్ మొద్దుగా ఉంది.	mī rējar moddugā uṃdi.
21. Cut my hair, but not too short.	నా వెంట్రుకలు కత్తిరించాలి, ఐతే చాలా పొట్టిగా మాత్రం కాదు.	nā veṇṭrukalu kattiriñcāli, ai'ē cālā poṭṭigā ma'ā'raṃ kādu.

(5) Grocer ఇంటికి సరుకులు అమ్మే వ్యక్తి

22. This is a fair price shop.	ఇక్కడ న్యాయమైన ధరలుంటాయి.	ikkaḍa nyāyamaina' dharaluṇṭāyi.
23. Fixed price and No credit. These are our mottos.	నిర్ణీత వెల అట్లాగే అప్పు ఇవ్వబడుదు-ఇవి మా వ్యాపార పద్ధతి.	ṛṇī' vela aṭlāgē appu iva'vabaḍudu-ivi ma'ā vyāpāra paddhati.
24. We arrange home delivery.	మేము వస్తువులను ఇంటికి జేరుస్తాము.	mēma'u va'stuva'ulana'u iṃṭiki jērustāma'u.
25. Please give me one kg. pure Desi Ghee.	నాకు ఒక కిలో శుద్ధమైన నెయ్యి ఇవ్వండి.	nāku oka kilō śuddha maina' neyyi iva'vaṇḍi.
26. How much is it?	ఎంత అయ్యింది?	eṃ' ayvindi?

(6) Dry Cleaner/Washermen డ్రై క్లీనర్/చాకలివాడు (

27. I must have these clothes within a week	నాకు ఈ బట్టలు ఒక వారంలో కావాలి.	nāku ī baṭṭalu oka vāraṃlō kāvāli.
28. I want this suit dry cleaned.	నాకు ఈ సూట్ డ్రై క్లీన్ చేసి ఇవ్వండి.	nāku ī sūṭ ḍrai klīn cēsi iva'vaṇḍi.
29. This shirt is not properly washed.	ఈ చొక్కాను సరిగ్గా ఉతకలేదు.	ī cokkāna'u sariggā u'kalēdu.
30. These are silken clothes. Wash them carefully.	ఇవి పట్టు వస్త్రాలు. వీటిని జాగ్రత్తగా ఉతకండి.	ivi paṭṭu va'strālu. vīṭi jāgra'tagā u'kaṇḍi.
31. The trousers are badly ironed.	ఫేంట్లను సరిగ్గా ఐరన్ చేయలేదు.	phēṇṭlana'u sariggā airan cēyalēdu.
32. You must take them back.	మీరు వీటిని వాపసు తీసుకోవాలి.	mīru vīṭi vāpasu tīsukōvāli.
33. Your charges are too much.	మీరు ధరలను ఎక్కువగా చెప్పుతున్నారు.	mīru dharalana'u ekkuva'gā ceppu'unnāru.
34. Of course, we have a prompt service.	నిజమే, మేము పనికూడా అలాగే బాగా చేస్తాము.	jamē, mēma'u pakūḍā alāgē bāgā cēstāma'u.

34TH STEP ముప్పైనాలుగవ పాఠము

FOODS & DRINKS

ఆహారము, పానీయాలు

1. I am feeling hungry.	నాకు ఆకలేస్తోంది.	nāku ākalēstōndi.
2. Where can I get a good meal?	నాకు మంచి భోజనం ఎక్కడ దొరుకుతుంది?	nāku ma'ṃci bhōjana'ṃ ekkaḍa doruku'uṃdi?
3. Come, let us take our food.	పదండి, భోజనం చేద్దాము.	padaṇḍi, bhōjana'ṃ cēddāma'u.
4. What will you have?	ఏమి తీసుకుంటారు?	ēmi tīsukuṇṭāru?
5. Please give me the menu.	నాకు మెను ఇవ్వండి.	nāku mena'u iva'vaṇḍi.
6. Get the breakfast ready.	ప్రొద్దుటి భోజనమును తయారుచేయండి.	prodduṭi bhōjana'ma' una'u 'yārucēyaṇḍi.
7. Please have your food with us today.	ఈరోజు మాతో భోజనం చేయండి.	īrōju ma'ā'ō bhōjana'ṃ cēyaṇḍi.
8. Do you have a special diet?	మీ వద్ద ప్రత్యేకమైన ఆహారమేదైనా ఉందా?	mī va'dda pra'yēkamaina' āhāramēdainā uṃḍā?
9. Do you prefer sweet or salty dish?	మీకు తీపి అంటే ఇష్టమా లేక కారపు పదార్థాలంటే ఇష్టమా?	mīku tīpi aṃṭē iṣṭama'ā lēka kārapu padārthālaṇṭē iṣṭama'ā?
10. Please give me Gujrati dishes.	నాకు గుజరాతి వంటకాలు పెట్టండి.	nāku gujarāti va'ṃṭakālu peṭṭaṇḍi.
11. Please give me salt and pepper.	నాకు ఉప్పు మరియు మిరియాలపొడి ఇవ్వండి.	nāku uppu ma'riyu miriyālapoḍi iva'vaṇḍi.
12. The mango is my favourite fruit	మామిడి పండు నాకిష్టం.	ma'āmiḍi paṇḍu nākiṣṭaṃ.
13. What would you prefer –Indian or Continental food?	మీకు స్వదేశ భోజనము ఇష్టమా లేక విదేశీ భోజనము ఇష్టమా?	mīku svadēśa bhōjana'ma'u iṣṭama'ā lēka vidēśī bhōjana'ma'u iṣṭama'ā?

14. Which drink would you like to have– Campa or Limca?	మీరు ఏ పానీయం త్రాగుతారు - కేంపానా, లిమ్కానా ?	mīru ē pāyaṃ 'rāgu'āru - kēmpānā, lima'kānā ?
15. Please give me a cup of coffee.	నాకు ఒక కప్పు కాఫీ ఇవ్వండి	nāku oka kappu kāphī iva'vaṇḍi
16. Would you like to have whisky?	మీరు విస్కీ తీసుకుంటారా?	mīru viskī tīsukuṇṭārā?
17. No sir, I will drink beer.	లేదండీ, నేను బీర్ త్రాగుతాను.	lēdaṇḍī, nēna'u bīr 'rāgu'āna'u.
18. Give me a little more water	నాకు ఇంకా కాసిన మంచి నీళ్లు ఇవ్వండి.	nāku iṃkā kāsina' ma'ṃci ḷḷu iva'vaṇḍi.
19. I am a vegetarian, I cannot take non-vegetarian dish.	నేను శాకాహారిని, నేను మాంసాహారము తినలేను.	nēna'u śākāhāri, nēna'u ma'āṃsāhārama'u tina'lēna'u.
20. Food has been served.	భోజనము వడ్డించడమైనది.	bhōjana'ma'u va'ḍḍiñcaḍamaina'di.
21. The food is quite tasty.	భోజనము చాలా రుచిగా ఉంది.	bhōjana'ma'u cālā rucigā uṃdi.
22. You have eaten very little.	మీరు చాలా తక్కువగా తిన్నారు.	mīru cālā 'kkuva'gā tinnāru.
23. Please give me some appetizer.	నాకు ఆకలి వేసేందుకు ఏదైనా మందు ఇవ్వండి.	nāku ākali vēsēnduku ēdainā ma'ṃdu iva'vaṇḍi.
24. I have to go to a party.	నేను ఒక పార్టీకి వెళ్ళాలి.	nēna'u oka pārṭīki veḷḷāli.
25. Please bring some milk	నాకు కొంచెం పాలు తీసుకొస్తారా.	ṇāku koñceṃ pālu tīsukostārā.
26. Please put only a little sugar in the milk.	పాలల్లో చెక్కెర కొద్దిగా వేయండి.	pālallō cekkera koddigā vēyaṇḍi.
27. Please have this soft drink.	ఇదిగో ఈ షర్బత్ త్రాగండి.	idigō ī ṣarba' 'rāgaṇḍi.
28. Have a little more.	ఇంకాస్త తీసుకోండి.	iṃkāsta tīsukōṇḍi.
29. Bring a cup of tea.	ఒక కప్పు టీ త్రాగండి.	oka kappu ṭī 'rāgaṇḍi.
30. I don't like tea.	నాకు టీ ఇష్టములేదు.	nāku ṭī iṣṭama'ulēdu.
31. Thanks, I am fully gratified.	థాంక్స్, నేను సంతుష్టుడినయ్యాను.	thāṅks, nēna'u saṃ'uṣṭuḍina'yyāna'u.

32. Please give me the bill.	నాకు బిల్లు ఇవ్వండి.	nāku billu iva'vaṇḍi.
33. Is the service charge included?	ఇందులో సర్వీస్-చార్జస్ చేర్చబడినవా?	iṃdulō sarvīs-cārjas cērcabaḍina'vā?
34. No sir, that is extra.	లేదండి, అవి అదనంగా చెల్లించాలి.	lēdaṇḍi, avi adana'ṃgā celliñcāli.
35. Please help me to wash my hands.	నేను చేతులు కడుక్కొనటానికి సహాయం చేయ్యండ	nēna'u cē'ulu kaḍukkona'ṭāki sahāyaṃ cēyyaṇḍi

35TH STEP ముప్పై ఐదవ పాఠము

HOTEL & RESTAURANT

హోటల్ మరియు రెస్టరంట్

1. Which is the best hotel in this city?	ఈ ఊరిలో అన్నిటికన్నా మంచి హోటల్ ఏది?	ī ūrilō anaṭikannā ma'ṃci hōṭal ēdi?
2. I need a single bedroom with attached bath.	నాకు సింగల్ బెడ్‌రూంతో బాటు బాత్‌రూం అటాచ్ అయిన ఒక రూం కావాలి.	nāku siṅgal beḍrūṃ'ō bāṭu bā'rūṃ aṭāc ayina' oka rūṃ kāvāli.
3. Will this room suit you?	మీకు ఈగది నచ్చిందా?	mīku īgadi na'ccindā?
4. How much does this room cost per day?	ఈ గదికి రోజుకెంత అవుతుంది?	ī gadiki rōjukeṃ' ama'u'ṃdi?
5. I shall stay for two weeks.	నేను రెండు వారాలుంటాను.	nēna'u reṇḍu vārāluṇṭāna'u.
6. The charges for the room is thirty rupees per day.	ఈ గదికి రోజుకి ముప్పై రూపాయలు.	ī gadiki rōjuki ma'upphai rūpāyalu.
7. Can I have a hot water bath?	స్నానానికి వేడినీళ్ళు దొరుకుతాయా?	snānāki vēḍīḷḷu doruku'āyā?
8. Send the room boy to me.	రూమ్‌బాయ్‌ని నా గదికి పంపండి.	rūmbāy nā gadiki pampaṇḍi.
9. Is there any letter for me?	నాకేవైనా ఉత్తారాలు వచ్చాయా?	nākēvainā u'tārālu va'ccāyā?
10. I want another blanket.	నాకు వేరొక దుప్పటి కావాలి.	nāku vēroka duppaṭi kāvāli.
11. Change the sheets.	మంచమీద దుప్పట్లును మార్చండి.	ma'ṃcamīda duppaṭluna'u ma'ārcaṇḍi.
12. I want one more pillow.	నాకు ఇంకా ఒక దిండు కావాలి.	nāku iṃkā oka diṇḍu kāvāli.

13. Is there any phone for me?	నాకోసం ఎవరైనా ఫోన్ చేశారా?	nākōsaṃ eva'rainā phōn cēśārā?
14. Please have the room swept.	దయచేసి గదిని శుభ్రం చేయించండి.	dayacēsi gadi śubhraṃ cēyiñcaṇḍi.
15. Please bring some postage stamps from the post-office	దయచేసి పోస్ట్ ఆఫీసునుండి కొన్ని స్టాంపులను తెప్పించండి.	dayacēsi pōsṭ āphīsu na'uṃḍi kno sṭāmpula na'u 'eppiñcaṇḍi.
16. Bring some fruits for me.	నాకోసం కొన్ని పండ్లను తెప్పించండి.	nākōsaṃ kno paṇḍlana'u 'eppiñcaṇḍi.
17. Please give me lunch at 1P.M. and dinner at 9 P.M.	నాకు మధ్యాహ్న భోజనము 1గంటకు, రాత్రి భోజనము 9 గంటలకు ఏర్పాటు చెయ్యండి.	nāku ma'dhyāhna bhōja na'ma'u 1gaṇṭaku, rātri bhōjana'ma'u 9 gaṇṭalaku ērpāṭu ceyyaṇḍi.
18. What are the charges for lunch and dinner?	మధ్యాహ్నము మరియు రాత్రి భోజనాలకు ఎంత ఖర్చు అవుతుంది?	ma'dhyāhnama'u ma'riyu rātri bhōjanālaku eṃ' kharcu ama'u'ṃdi?
19. We charge seven rupees for each meal.	మేము ఒక భోజనానికి ఏడు రూపాయలు తీసుకుంటాము.	mēma'u oka bhōjanāki ēḍu rūpāyalu tīsukuṇṭāma'u.
20. Have you a swimming pool?	ఇక్కడ స్విమ్మింగ్ పూల్ ఉందా?	ikkaḍa svimmiṅg pūl uṃdā?
21. Is there an extra charge for swimming?	ఈదేందుకు అదనంగా డబ్బు చెల్లించాల్సి ఉంటుందా?	īdēnduku adana'ṃgā ḍabbu celliñcālsi uṃṭundā?
22. Is the hotel open for twenty four hours?	ఈ హోటల్ ఇరవైనాలుగు గంటలూ తెరిచి ఉంటుందా?	ī hōṭal iravainālugu gaṇṭalū 'erici uṃṭundā?
23. I shall leave early tomorrow.	నేను రేపు పొద్దున త్వరగా వెళ్ళిపోతాను.	nēna'u rēpu podduna' 'varagā veḷḷipō'āna'u.
24. Bring the bill.	బిల్లు తీసుకురండి.	billu tīsukuraṇḍi.
25. There is a mistake in the bill.	బిల్లులో పొరపాటు ఉంది.	billulō porapāṭu uṃdi.
26. I never ordered the wine.	నేను ఎప్పుడూ వైన్ అడగలేదు.	nēna'u eppuḍū vain aḍagalēdu.
27. You have included wine in the bill wrongly.	మీరు బిల్లులో పొరపాటుగా వైన్‌కు డబ్బులు చేర్చి వేశారు.	mīru billulō porapāṭugā vainku ḍabbulu cērci vēśāru.

28. Call the porter.	పోర్టర్‌ను పిలవండి.	pōrṭarna'u pilava'ṃḍi.
29. Do you accept cheques?	మీరు చెక్‌లను తీసుకుంటారా?	mīru ceklana'u tīsukuṇṭārā?
30. No, we accept only cash.	లేదు, మేము డబ్బును మాత్రమే తీసుకుంటాము.	lēdu, mēma'u ḍabbuna'u ma'ā'ramē tīsukuṇṭāma'u.
31. Please get me a taxi.	నాకు ఒక టాక్సీని పిలిపించండి.	nāku oka ṭāksī pilipiñcaṇḍi.
32. Please ring to the airport to know the time of the Delhi flight.	దయచేసి ఏర్‌పోర్ట్‌కు ఫోన్‌చేసి, ఢిల్లీ ఫ్లైట్ సమయాన్ని తెలుసుకోండి.	dayacēsi ērpōrṭku phōncēsi, ḍillī phlaiṭ sama'ynā 'elusukōṇḍi.
33. I shall come again next month.	నేను వచ్చే నెలలో మళ్ళీ వస్తాను.	nēna'u va'ccē nelalō ma'ḷḷī va'stāna'u.
34. Thanks for the excellent services provided by you.	మీరు అందించిన మేలైన సేవలకు ధన్యవాదాలు.	mīru aṃdiñcina' mēlaina' sēva'laku dhana'yavādālu.
35. You are welcome, sir.	మీకు స్వాగతము.	mīku svāga'ma'u.

36TH STEP ముప్పై ఆరవ పాఠము

POST OFFICE/ TELEPHONE/BANK

పోస్టాఫీసు/ టెలిఫోను/ బ్యాంక్

Post Office పోస్టాఫీసు

1. Where can I find a post office?	పోస్ట్ ఆఫీసు ఎక్కడుంది?	pōsṭ āphīsu ekkaḍundi?
2. Please weigh this parcel.	ఈ పార్సల్ బరువు చూడండి.	ī pārsal baruva'u cūḍaṇḍi.
3. I want to send some money by money order.	నేను మనియార్డర్‌లో కొంత డబ్బు పంపాలనుకుంటున్నాను.	nēna'u ma'yārḍar lō koṃ' ḍabbu pampālana'ukuṇ ṭunnāna'u.
4. I want to deposit Rs. 200 only.	నేను రెండువందల రూపాయలు మాత్రమే డిపాజిట్ చేయాలనుకుంటున్నాను.	nēna'u reṇḍuva'ṃdala rūpāyalu ma'ā'ramē ḍipājiṭ cēyālana'ukuṇ ṭunnāna'u.
5. I want to draw out Rs.300 hundred only.	నేను మూడువందల రూపాయలు మాత్రమే విత్‌డ్రా చేయాలనుకుంటున్నాను.	nēna'u ma'ūḍuva'ṃdala rūpāyalu ma'ā'ramē vi'ḍrā cēyālana'ukuṇ ṭunnāna'u.
6. Please give me an Inland Letter.	దయచేసి ఒక ఇన్‌ల్యాండ్ లెటర్ ఇవ్వండి.	dayacēsi oka inlyāṇḍ leṭar iva'vaṇḍi.
7. How much does an envelope cost?	ఒక కవర్ ఖరీదు ఎంత?	oka kava'r kharīdu eṃ'?
8. I want to send it by registered post.	నేను దానిని రిజిస్టర్డ్ పోస్ట్‌లో పంపాలనుకుంటున్నాను.	nēna'u dā rijisṭarḍ pōsṭlō pampālana'ukuṇṭunnāna'u.
9. How much should I give for a post card?	నేను పోస్ట్‌కార్డుకు ఎంత ఇవ్వాలి?	nēna'u pōsṭkārḍuku eṃ' ivvāli?
10. Please give me one rupee postal stamp.	నాకు ఒక రూపాయ పోస్టల్ స్టాంప్ ఇవ్వండి.	nāku oka rūpāya pōsṭal sṭāmp iva'vaṇḍi.
11. I want to send a telegram.	నేను టెలిగ్రాం పంపాలనుకుంటున్నాను.	nēna'u ṭeligrāṃ pampālana'ukuṇṭunnāna'u.

12. I want to send some money telegraphically.	నేను టెలిగ్రాఫ్ ద్వారా డబ్బు పంపాలనుకుంటున్నాను.	nēna'u ṭeligrāph dvārā ḍabbu pampālana'ukuṇṭ unnāna'u.
13. Please give me an aerogram for France.	నాకు ఫ్రాన్స్‌కు ఒక ఏరోగ్రాము ఇవ్వండి.	nāku phrānsku oka ērōgrāma'u iva'vaṇḍi.
14. Please give me the telephone directory.	నాకు టెలిఫోను డైరక్టరీని ఇవ్వండి.	nāku ṭeliphōna'u ḍairakṭarī iva'vaṇḍi.

Telephone టెలిఫోను

15. Where can I give a call?	నేను ఎక్కడ ఫోన్ చేసుకోవచ్చును?	nēna'u ekkaḍa phōn cēsukōva'ccuna'u?
16. This telephone is out of order.	ఈ టెలిఫోను పనిచేయుటలేదు.	ī ṭeliphōna'u pacēyuṭalēdu.
17. I want to book a trunk call for Bhubaneswar.	నేను భువనేశ్వర్‌కు ఒక ట్రంక్‌కాల్ బుక్ చేసుకోవాలనుకుంటున్నాను.	nēna'u bhuva'nēśvarku oka ṭraṅkkāl buk cēsukōvālana'ukuṇṭunnāna'u.
18. Hello, this is Abha here.	హలో, నేను నాన్నను మాట్లాడుతున్నాను.	halō, nēna'u nāna'nana'u ma'āṭlāḍu'unnāna'u.
19. May I talk to Minakshi?	నేను మీనాక్షితో మాట్లాడవచ్చా?	nēna'u mīnākṣi'ō ma'āṭlāḍava'ccā?
20. Hello, Minakshi speaking.	హలో, మీనాక్షిని మాట్లాడుతున్నాను.	halō, mīnākṣi ma'āṭlāḍu'unnāna'u.
21. Please ring me at 8 o'clock.	దయచేసి ఎనిమిదింటికి ఫోను చేయండి.	dayacēsi emidiṇṭiki phōna'u cēyaṇḍi.

Bank బ్యాంక్

22. Where is the Indian Overseas Bank?	ఇండియన్ ఓవర్‌సీస్ బ్యాంక్ ఎక్కడుంది?	iṃḍiyan ōva'rsīs byāṅk ekkaḍundi?
23. Can I meet the manager?	నేను మేనేజరుని కలువ వచ్చా?	nēna'u mēnējaru kaluva' va'ccā?
24. I want to open a savings bank account.	నేను సేవింగ్ బ్యాంక్ అకౌంట్‌ను తెరవాలనుకుంటున్నాను.	nēna'u sēviṅg byāṅk akauṇṭna'u 'eravālana'ukuṇṭunnāna'u.
25. Please open a current account in the	దయచేసి నా వ్యాపార సంస్థ పేరుపైన ఒక కరెంట్ అకౌంట్	dayacēsi nā vyāpāra saṃstha pērupaina' oka

name of my firm.	తెరవండి.	karenṭ akaunṭ 'erava'ṃḍi.
26. I want to deposit money.	నేను డబ్బును జమా చేయాలనుకుంటున్నాను.	nēna'u ḍabbuna'u jama'ā cēyālana'ukunṭunnāna'u.
27. I want to draw out money.	నేను డబ్బును తీసుకోవాలనుకుంటున్నాను.	nēna'u ḍabbuna'u tīsukōvālana'ukunṭunnāna'u.
28. Please give me an open cheque.	దయచేసి నాకు ఒక లూజ్ చెక్కును ఇవ్వండి.	dayacēsi nāku oka lūj cekkuna'u iva'vaṇḍi.
29. Please issue me a cheque book containing ten cheques.	దయచేసి నాకు పది చెక్కులున్న ఒక చెక్ బుక్‌ను ఇవ్వండి.	dayacēsi nāku padi cekkuluna'na oka cek bukna'u iva'vaṇḍi.
30. Please tell me the balance of my account.	నా అకౌంట్‌లోని బ్యాలన్స్‌ను చెప్పండి.	nā akaunṭlō byālansna'u ceppaṇḍi.
31. Please complete my pass book.	దయచేసి నా పాస్‌బుక్కును పూరించి ఇవ్వండి.	dayacēsi nā pāsbukku na'u pūriñci iva'vaṇḍi.
32. I want a loan for buying a colour television.	నాకు కలర్ టివి కొనేందుకు అప్పు కావాలి.	nāku kalar ṭivi konēnduku appu kāvāli.
33. I want to meet the agent.	నేను ఏజంట్‌ను కలవాలనుకుంటున్నాను.	nēna'u ējanṭna'u kalavālana'ukunṭunnāna'u.
34. Have any of my cheques been dishonoured?	నా చెక్కులేవైనా తిరిగొచ్చాయా?	nā cekkulēvainā tirigoccāyā?
35. This bank's service is very good.	ఈ బ్యాంక్ యొక్క సేవ చాలా బాగున్నది.	ī byāṅk yokka sēva' cālā bāguna'nadi.

37TH STEP ముప్పై ఏడవ పాఠము

WHILE TRAVELLING

ప్రయాణ సమయమున

1. I am going out for a ride.	నేను గుర్రపుస్వారీ చేయబోతున్నాను.	nēna'u gurrapusvārī cēyabō'unnāna'u.
2. Where is the stable?	గుర్రపు శాల ఎక్కడుంది?	gurrapu śāla ekkaḍundi?
3. I want to dis mount for a while.	నేను కాసేపు దిగాలి.	nēna'u kāsēpu digāli.
4. Don't whip him.	దానిని కొరడాతో కొట్టొద్దు.	dā koraḍā'ō koṭṭoddu.
5. Give him some grass.	దానికి కాస్త గడ్డివేయి.	dāki kāsta gaḍḍivēyi.
6. Take off the spurs.	రికాబులను తొలగించండి.	rikābulana'u 'olagiñcaṇḍi.
7. I wish to go by car.	నేను కారులో వెళ్ళాలనుకుంటున్నాను.	nēna'u kārulō veḷḷālana'ukuṇṭunnāna'u.
8. Its wheel is not good.	దాని చక్రము బాగుగా లేదు.	dā cakrama'u bāgugā lēdu.
9. Where does this road lead to?	ఈదారి ఎటువైపు వెళుతుంది?	īdāri eṭuvaipu veḷu'uṃdi?
10. Leave the car here.	కారును ఇక్కడ వదలిపెట్టండి.	kāruna'u ikkaḍa va'dalipeṭṭaṇḍi.
11. Parking is prohibited.	ఇక్కడ పార్కింగ్ అనుమతించబడదు.	ikkaḍa pārkiṅg ana'uma'tiñcabaḍadu.
12. Does this tramway pass near the railway	ఈ ట్రామ్‌వే రైల్వే స్టేషను వైపుగావెళుతుందా?	ī ṭrāmvē railvēsṭēṣana'u vaipugāveḷu'uṃdā?
13. When will this bus start?	ఈ బస్సు ఎప్పుడూ బయలుదేరుతుంది?	ī bassu eppuḍu bayaludēru'uṃdi?
14. Let me know when we shall reach Kashmir.	మనము కాశ్మీరు ఎప్పుడు చేరుతామో చెప్పండి.	ma'na'ma'u kāśmīru eppuḍu cēru'āmō ceppaṇḍi.

15. I wish to roam by shikara.	నేను షికారాలో తిరగాలనుకుంటున్నాను.	nēna'u ṣīkārālō tiragālana'ukuṇṭunnāna'u.
16. Where is the booking office?	బుకింగ్ ఆఫీసు ఎక్కడుంది?	buking āphīsu ekkaḍundi?
17. Is there anything worth seeing?	ఇక్కడ చూడదగిన స్థలములేవైనా ఉన్నాయా?	ikkaḍa cūḍadagina' sthalama'ulēvainā unnāyā?
18. Kindly move a little.	దయచేసి కాస్త పక్కకి జరగండి.	dayacēsi kāsta pakkaki jaragaṇḍi.
19. I am going to Bombay today.	నేను ఈరోజు ముంబాయి వెళుతున్నాను.	nēna'u īrōju ma'uṃbāyi veḷu'unnāna'u..
20. When does the next train start?	తర్వాత ట్రైన్ ఎప్పుడు బయలుదేరుతుంది?	rvā' ṭrain eppuḍu bayaludēru'uṃdi?
21. Where is the luggage booking office?	లగేజ్ బుక్ చేసే కార్యాలయము ఎక్కడుంది?	lagēj buk cēsē kāryālayama'u ekkaḍundi?
22. How much is to be paid for luggage?	లగేజ్‌కి ఎంత డబ్బు చెల్లించాల్సి ఉంటుంది?	lagējki eṃ' ḍabbu celliñcālsi uṃṭundi?
23. Get my seat reserved.	నా సీట్‌ను రిజర్వ్ చేయండి.	nā sīṭna'u rijarv cēyaṇḍi.
24. Where is the platform No. 6?	ప్లాట్‌ఫాం నం బరు 6 ఎక్కడుంది	elāṭphāṃ na'ṃbaru 6 ekkaḍundi
25. Over the bridge.	అటుకు ప్రక్కన	aṭuku prakkana'
26. Please go by the underground passage.	దయచేసి సొరంగమార్గ ముద్వారా వెళ్ళండి.	dayacēsi soraṅgama'ār gama'udvārā veḷḷaṇḍi.
27. There is a dining car in the train	రైల్లో డైనింగ్ కార్ ఉంది.	raillō ḍaiṅg kār uṃdi.
28. There is no seat available.	ఏ సీటూ ఖాళీగా లేదు.	ē sīṭū khāḷīgā lēdu.
29. The bus is very crowded.	బస్సు చాలా రద్దీగా ఉంది.	bassu cālā raddīgā uṃdi.
30. Do not get down from the bus.	వెళ్తున్న బస్సులోనుండి దిగకండి.	veḷtuna'na bassulōna' uṃḍi digakaṇḍi.
31. Our bus is in motion.	మన బస్సు కదులుతోంది.	ma'na' bassu kadulu'ōṃdi.

32. How much fare do you charge for a child?	బిడ్డకు ఎంత తీసుకుంటారు	biḍḍaku eṃ' tīsukuṇṭāru
33. Take me to the aerodrome.	నన్ను ఏరోడ్రోమ్‌కు తీసుకెళ్ళండి.	na'na'nu ērōḍrōmku tīsukeḷḷaṇḍi.
34. Please issue me a return ticket for Singapore.	దయచేసి నాకు సింగపూర్‌కు ఒక రిటర్న్ టికెట్టు ఇవ్వండి.	dayacēsi nāku siṅgapūrku oka riṭarn ṭikeṭṭu iva'vaṇḍi.
35. Our plane reached Singapore in time.	మన విమానము సింగపూర్‌కు సమయానికి చేరుకుంది.	ma'na' vima'āna'ma'u siṅgapūrku sama'yāki cērukundi.

38TH STEP ముప్పై ఎనిమిదవ పాఠము

HEALTH AND HYGIENE

ఆరోగ్యము మరియు ఆరోగ్య సూత్రములు

1. Health is wealth.	ఆరోగ్యమే మహాభాగ్యము.	ārōgyamē ma'hābhāgyama'u.
2. Prevention is better than cure.	వ్యాధి వచ్చాక నయం చేసుకునేకన్నా రాకుండా నిరోధించుటే మిన్న.	vyādhi va'ccāka na'yaṃ cēsukunēkannā rākuṇḍā rōdhiñcuṭē mina'na.
3. She is very tired.	ఆవిడ బాగా అలసిపోయింది.	āviḍa bāgā alasipōyindi.
4. My health has broken down.	నా ఆరోగ్యము దెబ్బతిన్నది.	nā ārōgyama'u debbatina'nadi.
5. He has recovered.	అతను కోలుకున్నాడు.	a'na'u kōlukunnāḍu.
6. I am feeling sleepy.	నాకు మగతగా ఉంది.	nāku ma'ga'gā uṃdi.
7. We should not sleep during the day.	మనము పగటిపూట నిద్రపోకూడదు.	ma'na'ma'u pagaṭipūṭa drapōkūḍadu.
8. Will you come for a walk?	అలా నడిచొద్దామా?	alā na'ḍicoddāma'ā?
9. He is better than he was yesterday.	అతను నిన్నటికంటే బాగున్నాడు.	a'na'u na'naṭikaṇṭē bāgunnāḍu.
10. I am not well today.	ఈ రోజు నా ఆరోగ్యము బాగాలేదు.	ī rōju nā ārōgyama'u bāgālēdu.
11. Will you not take the medicines?	నువ్వు మందు తీసుకోవా?	na'uva'vu ma'ṃdu tīsukōvā?
12. How is your father?	మీ నాన్నగారు ఎలా ఉన్నారు?	mī nāna'nagāru elā unnāru?

Doctor & Patient వైద్యుడు - రోగి

13. Let me feel your pulse.	ఏది మీ నాడి చూడనీయండి.	ēdi mī nāḍi cūḍayaṇḍi.
14. I am feeling out of sorts today.	నా ఆరోగ్యము బాగాలేదు.	nā ārōgyama'u bāgālēdu.
15. The patient is sinking.	రోగి ఆరోగ్యము క్షీణిస్తోంది.	rōgi ārōgyama'u kṣīṇistōndi.
16. I suffer from indigestion.	నేను అజీర్ణముతో బాధపడుతున్నాను.	nēna'u ajīrṇama'u'ō bādhapaḍu'unnāna'u.
17. She feels nausea.	ఆమెకు వాంతి వచ్చేటట్టుగా అనిపిస్తోంది.	āmeku vānti va'ccēṭaṭṭugā apistōnḍi.
18. Do you feel dizzy?	మీకు తల తిరుగుతున్నట్టుగా ఉందా?	mīku 'la tirugu'una' naṭṭugā uṃdā?
19. She is out of danger now.	ఆవిడ ఇప్పుడు అపాయమును దాటింది.	āviḍa ippuḍu apāyama'una'u dāṭindi.
20. The child is cutting the teeth.	ఆ బిడ్డ పళ్ళను కోస్తోంది.	ā biḍḍa paḷḷana'u kōstondi.
21. How many does have you taken?	మీరు ఎన్ని డోసులు తీసుకున్నారు?	mīru ena ḍōslu tīsukunnāru?
22. I suffer from severe constipation.	నేను తీవ్రమైన మలబద్ధకముతో బాధపడుతున్నాను.	nēna'u tīvra'maina' ma'labaddhakama'u'ō bādhapaḍu'unnāna'u.
23. You had a chronic fever.	నీకు ఎంతోకాలంగా జ్వరం ఉంది.	ku eṃ'ōkālaṅgā jvaraṃ uṃdi.
24. I have a sore throat.	నాకు గొంతు వాపు ఉన్నది.	nāku goṃ'u vāpu una'nadi.
25. Had she a headache?	ఆవిడకు తలనొప్పి ఉన్నదా?	āviḍaku 'lanoppi una'nadā?
26. She has pain in her stomach.	ఆవిడకు కడుపులో నొప్పి.	āviḍaku kaḍupulō noppi.
27. Is he suffering from cold?	అతను జలుబుతో బాధపడుతున్నాడా?	a'na'u jalubu'ō bādhapaḍu'unnāḍā?
28. Show me your tongue.	నాకు మీ నాలుక చూపండి.	nāku mī nāluka cūpaṇḍi.

29. She has lost her appetite.	ఆవిడకు ఆకలి నశించింది.	āviḍaku ākali na'śiñcindi.
30. I have got a boil.	నాకు బొబ్బ ఏర్పడినది.	nāku bobba ērpaḍina'di.
31. Her gums are bleeding.	ఆవిడ చిగుళ్ళలో రక్తము కారుతోంది.	āviḍa ciguḷḷalō raktama'u kāru'ōṃdi.
32. Send for a doctor.	డాక్టర్ని పిలవండి.	ḍākṭarni pilava'ṃḍi.
33. She has pain in the liver.	ఆవిడకు కాలేయపు నొప్పి ఉన్నది.	āviḍaku kālēyapu noppi una'nadi.
34. You shall have some motions.	నీకు విరేచనాలు అవుతాయి.	ku evirēcanālu ava'u'āyi.
35. The physician will call the next morning.	డాక్టర్, రేపు ప్రొద్దున వస్తాను.	ḍākṭar, rēpu prodduna' va'stāna'u.

39TH STEP ముప్పై తొమ్మిదవ పాఠము

WEATHER

వాతావరణము

1. It is spring.	ఇప్పుడు వసంత ఋతువు	ippuḍu va'saṃ' ṛ'uva'u
2. It is summer.	ఇప్పుడు గ్రీష్మ ఋతువు	ippuḍu grīṣma ṛ'uva'u
3. It is autumn.	ఇది హేమంత ఋతువు	idi hēma'ṃ' ṛ'uva'u
4. It is winter.	ఇది శీతాకాలము	idi śī'ākālama'u
5. It is very hot today.	ఈరోజు చాలా ఎండగా ఉంది.	īrōju cālā emḍagā umḍi.
6. It is a very cold day.	ఈరోజు చాలా చలిగా ఉంది.	īrōju cālā caligā umḍi.
7. This is fine weather.	ఈ వాతావరణము చాలా బాగుంది.	ī vā'āva'raṇama'u cālā bāgundi.
8. What a wretched day!	ఈరోజెంత దురదృష్టమైన రోజు	īrōjeṃ' duradṛṣṭamaina' rōju
9. It is raining.	వర్షము పడుతోంది.	va'rṣama'u paḍu'ōṃdi.
10. It is drizzling.	వానజల్లు పడుతోంది.	vāna'jallu paḍu'ōṃdi.
11. Has the moon risen?	చంద్రుడు ఉదయించాడా?	candruḍu udayiñcāḍā?
12. It has stopped raining.	వర్షము ఆగిపోయింది.	va'rṣama'u āgipōyindi.
13. She will catch a cold.	ఆమెకు జలుబు చేయబోతోంది.	āmeku jalubu cēyabō'ōṃdi.
14. Is it still raining?	ఇంకా వర్షము పడుతోందా	iṃkā va'rṣama'u paḍu'ōṃdā
15. In the rainy season, we wear a raincoat.	వర్షాకాలంలో మనము రెయిన్‌కోట్ వేసుకుంటాము.	va'rṣākālaṃlō ma'na'ma'u reyinkōṭ vēsukuṇṭāma'u.
16. I am shivering.	నేను వణుకుతున్నాను.	nēna'u va'ṇuku'unnāna'u.
17. I am perspiring.	నాకు చమట పడుతోంది.	nāku cama'ṭa paḍu'ōṃdi.
18. I am drenched.	నేను పూర్తిగా తడిసిపోయాను.	nēna'u pūrtigā 'ḍisipōyāna'u.
19. Cool air is blowing.	చల్లగాలి వీస్తోంది.	callagāli vīstōndi.
20. What a strong wind!	ఎంతటి శక్తివంతమైన గాలి	eṃ'ṭi śaktiva'ṃ'maina' gāli

21. The weather is changing.	వాతావరణము మారుతోంది.	vā'āva'raṇama'u ma'āru'ōṃdi.
22. The sky is cloudy.	ఆకాశము మేఘవృతమైనది.	ākāśama'u mēghava'ṛ'maina'di.
23. The sky is clear.	ఆకాశము స్పష్టంగా ఉంది.	ākāśama'u spaṣṭaṅgā uṃdi.
24. There is lightning.	మెరుపులు మెరుస్తున్నాయి.	merupulu merustunnāyi.
25. It thunders.	ఉరుములు ఉరుముతున్నాయి.	uruma'ulu uruma'u'unnāyi.
26. The sun is invisible.	సూర్యుడు కనిపించుట లేదు.	sūryuḍu kapiñcuṭa lēdu.
27. It is like a spring day.	ఈరోజు వసంతకాలము లాగా ఉంది.	īrōju va'saṃ'kālama'u lāgā uṃdi.
28. The heat is unbearable.	వేడిమి తట్టుకోలేనంతగా ఉంది.	vēḍimi 'ṭṭukōlēna'ṃ'gā uṃdi.
29. It is later part of the night.	ఇది శుక్లపక్షము.	idi śuklapakṣama'u.
30. How beautiful the rainbow is!	అర్థరాత్రి దాటిన సమయము.	artharātri dāṭina' sama'yama'u.
31. It is raining heavily.	ఇంద్రధనుస్సు ఎంత అందంగా ఉంది!	iṃdradhana'ussu eṃ' aṃdaṅgā uṃdi!
32. It is hailing badly.	కుండపోత వర్షము కురుస్తోంది.	kuṇḍapō' va'rṣama'ụ kurustōndi.
33. Would you like an umbrella	వడగండ్లవాన కురుస్తోంది.	va'ḍagaṇḍlavāna' kurustōndi.
34. How fine the climate is!	మీకు గొడుగు కావాలా?	mīku goḍugu kāvālā?

40TH STEP నలభైయ్యోవ పాఠము

TIME

సమయము

1. Look at the watch.	గడియారాన్ని చూడు.	gaḍiyārnā cūḍu.
2. What is the time?	సమయము ఎంత అయింది?	sama'yama'u eṃ' ayindi?
3. What is the time by your watch?	నీ గడియారములో టైం ఎంత అవుతొంది?	gaḍiyārama'ulō ṭaiṃ eṃ' ava'u'oṃdi?
4. What o'clock is it?	ఇప్పుడు ఎన్నిగంటలు?	ippuḍu enagaṇṭalu?
5. It is exactly 7 o'clock.	సరిగ్గా ఏడుగంటలు అవుతోంది.	sariggā ēḍugaṇṭalu ava'u'ōṃdi.
6. It is half past nine.	తొమ్మిదిన్నర అవుతోంది.	'ommidina'nara ava'u'ōṃdi.
7. It is a quarter past three.	మూడుగంటల పదిహేను నిమిషములు అయింది.	ma'ūḍugaṇṭala padihē na'u misama'ulu ayindi.
8. It is a quarter to four.	నాలుగు గంటలయ్యేందుకు ఇంకా పదిహేను నిమిషములున్నాయి .	nālugu gaṇṭalayvēnduku iṃkā padihēna'u miṣama'ulunnāyi.
9. It is five minutes past five.	ఐదుగంటలయ్యి ఐదునిమిషములు అవుతొంది.	aiduganṭalayvi dumiṣa ma'ulu ava'u'oṃdi.
10. It is ten minutes to six.	ఆరు గంటలు అయ్యేందుకు పది నిమిషములు ఉన్నాయి.	āru gaṇṭalu ayvēnduku padi miṣama'ulu unnāyi.
11. It is already half past four.	నాలుగు గంటలయ్యి ఇదివరకే అరగంట దాటినది.	nālugu gaṇṭalayvi idiva' rakē aragaṇṭa dāṭina'di.
12. She will reach at one fifteen.	ఆవిడ ఒకటిన్నర గంటలకు ఇంటికి చేరుకుంటుంది.	āviḍa okaṭina'nara gaṇṭa laku iṃṭikicērukuṇṭundi.
13. We reached the office at twenty-five minutes past ten.	మేము పదిగంటల ఇరవైఐదు నిమిషాలకు ఆఫీసుకు చేరుకున్నాము.	mēma'u padigaṇṭala iravaiaidu miṣālaku āphīsukucērukunnāma'u.
14. The bank was looted in broad daylight.	బ్యాంకు పట్టపగలే కొల్లగొట్టబడినది.	byaṅku paṭṭapagalē kollagoṭṭabaḍina'di.
15. The market is closed on Monday.	మార్కెట్టు సోమవారము మూయబడీ ఉంటుంది.	ma'ārkeṭṭu sōma'vā rama'u ma'ūyabaḍi umṭundi.
16. We take lunch at half past one.	మేము ఒకటిన్నర గంటలకు మధ్యాహ్న భోజనము చేస్తాము.	mēma'u okaṭina'nara gaṇṭalaku ma'dhyāhna bhōjana'ma'u cēstāma'u.

17. This shop reopens at half past two.	ఈ దుకాణము రెండున్నర గంటలకు మరల తెరువబడుతుంది.	ī dukāṇama'u reṇḍuna'nara gaṇṭalaku ma'rala 'eruva'baḍu'uṃdi.
18. It is 10 A.M.	ఉదయం పదిగంటలు అవుతోంది.	udayaṃ padigaṇṭalu ava'u'ōṃdi.
19. We leave the office exactly at 5 P.M.	మేము సాయంత్రం సరిగ్గా ఐదు గంటలకు ఆఫీసునుండి బయలుదేరుతాము.	mēma'u sāyaṃ'raṃ sariggā aidu gaṇṭalaku āphīsuna'uṃḍi bayaludēru'āma'u.
20. Is your wrist watch slow?	మీ చేతివాచీ తక్కువ సమయాన్ని చూపుతోందా?	mī cētivācī 'kkuva' sama'ynā cūpu'ōṃdā?
21. Is this time-piece fast?	ఈ టైమ్‌పీస్ వేగంగా పనిచేస్తోందా?	ī ṭaimpīs vēgaṅgā pacēstōndā?
22. Is the office-clock not exact?	ఆఫీసులోని గడియారము సరైన సమయమును చూపటం లేదా?	āphīsulō gaḍiyārama'u saraina' sama'yama'una'u cūpaṭaṃlēdā?
23. My pen watch has stopped.	నా పెన్-వాచ్ ఆగిపోయింది.	nā pen-vāc āgipōyindi.
24. It is time to rise.	నిద్రలేచే సమయమైనది.	dralēcē sama'yamaina'di.
25. You are half an hour late.	మీరు అర్థగంట ఆలశ్యముగా వచ్చారు.	mīru arthagaṇṭa ālaśyama'ugā va'ccāru.
26. She is ten minutes early.	ఆవిడ పది నిమిషములు ముందుగా వచ్చింది.	āviḍa padi miṣama'ulu ma'uṃdugā va'ccindi.
27. It is midnight.	అర్ధరాత్రి కావొస్తుంది.	ardharātri kāvostundi.
28. My mother gets up early in the morning.	మా అమ్మ ప్రొద్దున త్వరగా నిద్ర లేస్తుంది.	ma'ā ama'ma prodduna' 'varagā dra lēstundi.
29. Last month, we were not here.	గడచిన నెలలో మేము ఇక్కడ లేము.	gaḍacina' nelalō mēma'u ikkaḍa lēma'u.
30. We shall remain here this month.	ఈ నెలలో మేము ఇక్కడే ఉంటాము.	ī nelalō mēma'u ikkaḍē uṃṭāma'u.
31. I shall go to Simla next month.	నేను వచ్చే నెలలో సిమ్లా వెళ్తాను.	nēna'u va'ccē nelalō sima'lā veḷtāna'u.
32. We have been in trouble since 15th August.	మేము ఆగష్టు 15నుండీ ఇబ్బందులలో ఉన్నాము.	mēma'u āgaṣṭu 15na'uṃḍī ibbandulalō unnāma'u.
33. What is the date today?	ఈరోజు తేదీ ఏమి?	īrōju 'edī ēmi?
34. Come tomorrow at 7 o' clock.	రేపు 7గంటలకు రండి.	rēpu 7gaṇṭalaku raṇḍi.

PART 5 - CONVERSATION

41ST STEP నలభై ఒకటొవ పాఠము

LET US TALK

రండి, మాట్లాడుదాము

INTRODUCTION పరిచయము

How do you do?	మీరు ఎలా ఉన్నారు?	mīru elā unnāru?
Tell me, please, are you a student?	దయచేసి, చెప్పండి, మీరు విద్యార్థా?	dayacēsi, ceppaṇḍi, mīru vidyārthā?
Yes, I am a student.	అవును, నేను విద్యార్థిని.	ava'una'u, nēna'u vidyārthi.
What is your name?	మీ పేరు ఏమిటి?	mī pēru ēmiṭi?
My name is Pranav Chakaravarti.	నా పేరు ప్రణవ్ చక్రవర్తి.	nā pēru praṇav cakrava'rti.
Are you an Assame or a Bengali?	మీరు అస్సామీనా లేక బెంగాలీనా?	mīru assāmīnā lēka beṅgālīnā?
No, I am a Marathi.	కాదు, నేను మరాఠీని.	kādu, nēna'u ma'rāṭhī.
Tell me, please, who is she?	ఆవిడ ఎవరో నాకు చెప్పండి?	āviḍa eva'rō nāku ceppaṇḍi?
She is my friend Abha.	ఆవిడ అభ అనే నా స్నేహితురాలు.	āviḍa abha anē nā snēhi'urālu.
Is she a student?	ఆవిడ విద్యార్థినా?	āviḍa vidyārthinā?
No, she is a translator and works in the Govt. office.	కాదు, ఆవిడ అనువాదకురాలు. ప్రభుత్వ కార్యాలయంలో పనిచేస్తోంది.	kādu, āviḍa ana'uvāda kurālu. prabhu'va kāryālayaṃlō pacēstōndi.
Thanks, Good-bye.	కృతజ్ఞతలండీ, వస్తాను.	kr̥'jña'laṇḍī, va'stāna'u.

ABOUT LEARING A LANGUAGE ಭಾಷೆ ಕಲಿಯುವುದರ ಬಗ್ಗೆ

Hello, do you speak Hindi?	ఏమండీ, మీరు తెలుగు మాట్లాడగలరా?	ēma'ṃḍī, mīru 'elugu ma'āṭlāḍagalarā?
Yes, I speak Telugu a little.	ఆ! నేను కొద్ది-కొద్దిగా తెలుగు మాట్లాడుతాను.	ā! nēna'u koddi-koddigā 'elugu ma'āṭlāḍu'āna'u.

You speak Telugu well.	మీరు తెలుగు చాలా బాగా మాట్లాడుతున్నారు.	mīru 'elugu cālā bāgā ma'āṭlāḍu'unnāru.
I am Ashok Kelkar.	మీకు అలా అనిపిస్తోందా? నేను కాలేజులో తెలుగు	mīku alā apistōndā? nēna'u kālējulō 'elugu
I am studying Hindi in college. I want to speak Telugu well.	చదువుతున్నాను. నేను తెలుగు బాగా మాట్లాడాలను కుంటున్నాను.	caduma'u'nnāna'u. nēna'u 'elugu bāgā ma'āṭlāḍāla na'ukunṭunnāna'u.
Does your Telugu teacher speak Telugu in class?	మీ తెలుగు ఉపాధ్యాయుడు తరగతిలో తెలుగు మాట్లాడుతారా?	mī 'elugu upādhyāyuḍu 'ragatilō 'elugu ma'āṭlāḍu'ārā?
Of course! He speaks Telugu fluently.	నిస్సందేహంగా. అతను తెలుగు ధారాళంగా మాట్లాడుతారు.	ssandēhaṅgā. a'na'u 'elugu dhārāḷaṅgā ma'āṭlāḍu'āru.
Do you understand when the teacher speaks Telugu?	మీ ఉపాద్యాయుడు తెలుగు మాట్లాడేటప్పుడు మీకు అర్థమవుతుందా?	mī upādyāyuḍu 'elugu ma'āṭlāḍēṭappuḍu mīku arthama'ma'u'ṃdā?
Yes, we understand when he speaks fast.	అవును, అతను వేగంగా మాట్లాడునపుడు మేము అర్థం చేసుకుంటాము.	ava'una'u, a'na'u vēgaṅgā ma'āṭlāḍuna'puḍu mēma'u arthaṃ cēsukunṭāma'u.
Do you speak Telugu at home? .	మీరు ఇంటి వద్ద తెలుగు మాట్లాడుతారా?	mīru iṃṭi va'dda 'elugu ma'āṭlāḍu'ārā?
Of course not! My family members do not speak Telugu .They speak only Marathi. Therefore we speak Marathi at home.	లేదండీ. మా ఇంట్లోవాళ్ళు తెలుగు మాట్లాడరు. వాళ్ళు మరాఠీ మాత్రము మాట్లాడుతారు.	lēdaṇḍī. ma'ā iṃṭlō vāḷḷu 'elugu ma'āṭlāḍaru. vāḷḷu ma'rāṭhī ma'ā'ra ma'u ma'āṭlāḍu'āru.
But you speak Telugu very well!	ఐనప్పటికీ, మీరు తెలుగు చాలా బాగా మాట్లాడుతుంటాము.	aina'ppaṭikī, mīru 'elugu cālā bāgā ma'āṭlāḍu 'uṃṭāma'u.
Thank you very much!	థాంక్యూ వెరీ మచ్.	thāṅkyū verī ma'c.

VILLAGE VERSUS CITY గ్రామము మరియు పట్టణము

You live in the village, but go to the city to work.	మీరు గ్రామంలో ఉంటున్నారు, కానీ పట్టణంలో పని చేసేందుకు వెళుతున్నారు. మీరు గ్రామంలో	mīru grāma'ṃlō uṃṭu nnāru, kā paṭṭaṇaṃlō pa cēsēnduku veḷu'unnāru.
Do you prefer to live in the village?	ఉండటాన్నే ఎక్కువగా ఇష్టపడతారా?	mīru grāma'ṃlō uṃḍaṭānnē ekkuva'gā iṣṭapaḍa'ārā?
Oh, yes! I prefer to live there. But I also like the city.	అవునండీ, నాకు గ్రామంలో ఉండటమంటేనే ఎక్కువ ఇష్టము. ఐనప్పటికీ నాకు పట్టణము కూడా ఇష్టమే.	ava'una'ṃḍī, nāku grāma'ṃlō uṃḍaṭama' ṃṭēnē ekkuva' iṣṭama'u. aina'ppaṭikī nāku paṭṭa ṇama'u kūḍā iṣṭamē.
Why do you like the city?	మీరు పట్టణమును ఎందుకు ఇష్టపడుతారు?	mīru paṭṭaṇama'una'u eṃduku iṣṭapaḍu'āru?
In the city, there are theatres, museums, libraries and university, etc.	పట్టణములో, థియేటర్లు, మ్యూజియంలు, గ్రంధాలయములు మరియు విశ్వవిద్యాలయములు మొదలగునవి ఉంటాయి.	paṭṭaṇama'ulō, thiyēṭarlu, ma'yūjiyaṃlu, grandhāla yama'ulu ma'riyu viśvavidyālayama'ulu modalaguna'vi uṃṭāyi.
But there are also factories, buses, trucks and cars.	అలాగే కర్మాగారములు, బస్సులు, లారీలు, కార్లు కూడా అక్కడే ఉంటాయి. ఎక్కడ చూసినా ఒకటే రద్దీగాను, ధ్వనులతో నిండినదిగాను ఉంటుంది.	alāgē karmāgārama'ulu, bassulu, lārīlu, kārlu kūḍā akkaḍē uṃṭāyi. ekkaḍa cūsinā okaṭē raddīgāna'u, dhvana' ula'ō ṃḍina'digāna'u uṃṭundi.
Quite right. That is why I prefer to live in the village, although I do work in the city. In the village it is quiet, the air is fresh.	సరిగ్గా చెప్పారు. అందుకే నేను పట్టణములో పనిచేస్తున్నప్పటికినీ, గ్రామములో ఉండేందుకు ఇష్టపడుతాను. గ్రామంలో ప్రశాంతత ఉంది మరియు స్వచ్ఛమైన గాలి ఉంటుంది.	sariggā ceppāru. aṃdukē nēna'u paṭṭaṇama'ulō pacēstuna'nappaṭikī, grāma'ma'ulō uṃḍēn duku iṣṭapaḍu'āna'u. grāma'ṃlō praśāṃ" uṃḍi ma'riyu svaccha maina' gāli uṃṭundi.
40.And does your wife like life in the village?	ఐతే మరి మీ భార్యకూడా గ్రామంలో ఉండేందుకు ఇష్టపడుతారా?	ai'ē ma'ri mī bhārya kūḍā grāma'ṃlō uṃḍēn duku iṣṭapaḍu'ārā?

41. She likes it very much. However, now and then she goes to the city to buy clothes and other things.	ఆవిడ చాలా ఇష్టపడుతుంది. ఐనప్పటికీ అవిడ బట్టలు మొదలగు వస్తువులను కొనేందుకు అప్పుడప్పుడు పట్టణానికి వెళ్తైతుంటుంది.	āviḍa cālā iṣṭapaḍu'uṃdi. aina'ppaṭikī aviḍa baṭṭalu modalagu va'stu va'ulana'u konēnduku appuḍappuḍu paṭṭaṇāki veḷai'uṃṭundi.

LEARNING OF LANGUAGE భాషను నేర్చుకోవడం

Mr. Nambiar, how are you?	నంబియార్‌గారు, ఎలా ఉన్నారండీ?	na'ṃbiyārgāru, elā unnāraṇḍī?
Very well, thank you.	చాలా బాగున్నాను, థాంక్యూ.	cālā bāgunnāna'u, thāṅkyū.
And how is your family?	మరి మీ కుటుంబసభ్యులు ఎలా ఉన్నారు?	ma'ri mī kuṭumbasa bhyulu elā unnāru?
Thanks, all are well. By the way, I heard that you have been studying Telugu for sometime now.	అంతా బాగానే ఉన్నారు. మీరు కొద్దికాలంగా తెలుగు నేర్చుకుంటున్నారని నేను విన్నాను, విషయం ఏమిటి?	aṃ'ā bāgānē unnāru. mīru koddikālaṅgā'elugu nērcukuṇṭunnāra nēna'u vinnāna'u, viṣayaṃ ēmiṭi?
That is true, I want to read, speak and write Telugu.	మీరు విన్నది నిజమే, నేను తెలుగు మాట్లాడటం, చదవటం మరియు వ్రాయడం నేర్చుకోవాలనుకుంటున్నాను.	mīru vina'nadi jamē, nēna'u 'elugu ma'āṭlāḍ aṭaṃ, cadava'ṭaṃ ma'riyu vrāyaḍaṃ nērcukōvā lana'u kuṇṭunnāna'u.
Do you find the Telugu language difficult?	మీకు తెలుగుభాష కఠినమైనదనిపిస్తోందా?	mīku 'elugubhāṣa kaṭhina'maina'dapistōndā?
It seems difficult to foreigners; but I am making progress.	విదేశీయులకు కఠినమైనదిగా అనిపిస్తుంది, ఐతే నేను బాగానే నేర్చుకుంటున్నాను.	vidēśīyulaku kaṭhina'maina'digā apistundi, ai'ē nēna'u bāgānē nērcukuṇ ṭunnāna'u.
Excellent! You are already speaking Telugu well.	చాలా బావుంది. మీరు ఇప్పటికే తెలుగు బాగా మాట్లాడుతున్నారు.	cālā bāva'uṃdi. mīru ippaṭikē 'elugu bāgā ma'āṭlāḍu'unnāru.
Thanks! I want to speak better still.	ధన్యవాదనలు. నేను తెలుగు ఇంకా బాగా మాట్లాడాలనుకుంటున్నాను.	dhana'yavādana'lu. nēna'u 'elugu iṃkā bāgā ma'āṭlāḍālana'ukuṇṭunnāna'u.
Your enthusiasm is praiseworthy.	మీ ఉత్సాహము గొప్పది.	mī u'sāhāma'u goppadi.

42ND STEP నలభై రెండవ పాఠము

BETWEEN TWO FRIENDS

ఇద్దరు మిత్రుల మధ్యన

Minakshi—Hello. How are you madam?	మీనాక్షి - మీరు ఎలా ఉన్నారు మేడమ్?	mīnākṣi - mīru elā unnāru mēḍam?
Garima—Pretty well, thanks. And you?	గరిమ - చాలా బాగున్నాను, మరి మీరు?	garima' - cālā bāgunnāna'u, ma'ri mīru?
Minakshi—I am fine, thanks.	మీనాక్షి - నేనూ బాగున్నాను, ధన్యవాదనలు.	mīnākṣi - nēna'ū bāgunnāna'u, dhana'yavādana'lu.
Garima—It's good to see you again.	గరిమ - మంచిది, మిమ్మల్ని మళ్ళీ కలవడం చాలా సంతోషం.	garima' - ma'ṃcidi, mima'malni ma'ḷḷī kalava'ḍaṃ cālā saṃ'ōṣaṃ.

• • •

Abha—Do you watch television	ఆభా - నువ్వు తరుచుగా టి.వి. చూస్తుంటావా?	ābhā - na'uva'vu 'rucugā ṭi.vi. cūstuṇṭāvā?
Amit—Well, I sometimes watch it in the evening.	అమిత్ - అవును, నేను సాయంత్రం కొన్నిసార్లు చూస్తుంటాను.	ami' - ava'una'u, nēna'u sāyaṃ'raṃ knosārlu cūstuṇṭāna'u.
Abha—Did you watch television last night?	ఆభా - నువ్వు నిన్న రాత్రి టి.వి. చూశావా?	ābhā - na'uva'vu na'na rātri ṭi.vi. cūśāvā?
Amit—Yes, I did. I saw several good programmes.	అమిత్ - అవును, చూశాను. ఎన్నో మంచి కార్యక్రమాలు చూశాను.	ami' - ava'una'u, cūśāna'u. ennō ma'ṃci kāryakrama'ālu cūśāna'u.
Amit—Do you ever listen to the radio?	ఆభా - నువ్వెప్పుడైనా రేడియో వింటుంటావా?	ābhā - na'uvveppuḍainā rēḍiyō vinṭuṇṭāvā?
Abha—Certainly, I listen practically every night.	అమిత్ - తప్పకుండా. నేను ప్రతిరాత్రి ఆకాశవాణి కార్యక్రమాల్ని వింటుంటాను.	ami' - 'ppakuṇḍā. nēna'u pratirātri ākāśavāṇi kār yakrama'ālnivinṭuṇṭāna'u.

Amit—What's your favourite programme?	ఆభా - నీకు నచ్చిన కార్యక్రమమేది?	ābhā - ku na'ccina' kāryakrama'mēdi?
Abha—I like vandanvar best of all	అమిత్ - నాకు వండన్వర్ అన్నిటికన్నా బాగా ఇష్టము.	ami' - nāku va'ṃḍana'var anaṭikannā bāgā iṣṭama'u.
•	•	•
Shehnaz—Where did you go?	షెనాజ్ - నువ్వు ఎక్కడికెళ్ళావు?	ṣenāj - na'uva'vu ekkaḍikeḷḷāva'u?
Minaz—We went to a beautiful beach.	మినాజ్ - మేము చక్కటి బీచ్‌కు వెళ్ళి వస్తున్నాము.	mināj - mēma'u cakkaṭi bīcku veḷḷi va'stunnāma'u.
Shahnaz—Did you swim in the ocean?	అమిత్ - నువ్వు సముద్రంలో ఈదావా?	ami' - na'uva'vu sama'udraṃlō īdāvā?
Minaz—Yes, but I swam close to the shore!	మినాజ్ - ఆ, ఐతే నేను ఒడ్డు దగ్గర్లోనే ఈదాను.	mināj - ā, ai'ē nēna'u oḍḍu daggarlōnē īdāna'u.
•	•	•
Manjula—What are you going to do tonight?	మంజుల - ఈ రాత్రికి ఏమి చేయబోతున్నావు.	ma'ṃjula - ī rātriki ēmi cēyabō'unnāva'u.
Gaurav—I have not decided yet.	గౌరవ్ - ఇంకా నిర్ణయించుకోలేదు.	gaurav - iṃkā ṛnayiñcukōlēdu.
Manjula—Would you like to go to the movies?	మంజుల - నీకు సినిమాలకెళ్ళడం ఇష్టమేనా?	ma'ṃjula - ku sima'ālakeḷḷaḍaṃ iṣṭamēnā?
Gaurav—No, I like to go to see a drama	గౌరవ్ - లేదు, నాకు నాటకాలు చూడటమంటే ఇష్టము.	gaurav - lēdu, nāku nāṭakālucūḍaṭama'ṃṭē iṣṭama'u.
•	•	•
Manoj—I have to go to the railway station.	మనోజ్ - నేను రైల్వేస్టేషనుకు వెళ్ళాలి.	ma'nōj - nēna'u railvēsṭē ṣana'uku eve ḷḷāli.
Vikas—Why do you have to go there?	వికాశ్ - ఎందుకు వెళ్ళాలి?	vikāś - eṃduku veḷḷāli?

Manoj—To receive my sister from Bombay.	మనోజ్ - ముంబయినుంచీ వస్తున్న నా చెల్లెల్ని తీసుకెళ్ళేందుకు.	ma'nōj - ma'uṃbayina' uṃcī va'stuna'na nā cellelni tīsukeḷḷēnduku.
Vikas—Let me take you on my scooter.	వికాశ్ - రా, నిన్ను నా స్కూటర్‌లో దింపుతాను.	vikāś - rā, na'nu nā skūṭarlō dimpu'āna'u.

• • •

Pradip—Are you Dr. Bhartendu?	ప్రదీప్ - మీరు డాక్టర్ భరతేందుగారే కదా?	pradīp - mīru ḍākṭar bhara'ēṃdugārē kadā?
Manohar—No. That tall fellow is Dr. Bhartendu	మనోహర్ - కాదు, ఆ పొడవాటి మనిషే డాక్టర్ భార్తెండు.	ma'nōhar - kādu, ā poḍavāṭi ma'ṣē ḍākṭar bhārteṇḍu.
Pradip—Do you mean the one over there with spectacles?	ప్రదీప్ - మీరంటున్నది, ఆ అద్దాలేసుకున్న ఆయన్నే కదా	pradīp - mīraṇṭuna'nadi, ā addālēsukuna'na āyannē kadā
Manohar—Yes. The one with dark hair.	మనోహర్ - అవును. ఆ నల్లటి వెంట్రుకల ఆయన్నే.	ma'nōhar - ava'una'u. ā na'llaṭi veṇṭrukala āyannē.

• • •

Inamdar—How long have you been here?	ఇమంధర్ - మీరు ఇక్కడ ఎంతకాలంగా ఉంటున్నారు?	ima'ṃdhar - mīru ikkaḍa eṃ'kālaṅgā uṃṭunnāru?
Gopal—I have been here for two weeks.	గోపాల్ - నేను ఇక్కడ రెండు వారములుగా ఉంటున్నాను.	gōpāl - nēna'u ikkaḍa reṇḍu vārama'ulugā uṃṭunnāna'u.
Inamdar—How often do you get here?	ఇమంధర్ - మీరు ఇక్కడికి ఎంత తరచుగా వస్తూ ఉంటారు?	ima'ṃdhar - mīru ikkaḍiki eṃ' 'racugā va'stū uṃṭāru?
Gopal—I get to this city about twice a year.	గోపాల్ - నేను సంవత్సరానికి రెండు మార్లు ఈ ఊరుకు వస్తాను.	gōpāl - nēna'u saṃva"sarāki reṇḍu ma'ārlu ī ūruku va'stāna'u.

• • •

Anu—Did you have a good vacation?	అను - నీ సెలవులు బాగా గడిపావా?	ana'u - selava'ulu bāgā gaḍipāvā?

Satya—Yes, I did. I had a wonderful time.	సత్య - అవును, బాగా గడిపాను. ఆ సమయం చాలా అద్భుతంగా గడిచింది.	sa'ya - ava'una'u, bāgā gaḍipāna'u. ā sama'yaṃ cālā adbhu'ṃgā gaḍicindi.
Anu—What did you do?	అను - నువ్వు ఏమి చేశావు ?	ana'u - na'uva'vu ēmi cēśāva'u ?
Satya—I visited some old friends in New Delhi.	సత్య - నేను కొత్త ఢిల్లీ లోని పాత స్నేహితులు కొందరితో కాలం గడిపాను.	sa'ya - nēna'u ko'ta ḍhillī lō pā' snēhi'ulu kondari'ō kālaṃ gaḍipāna'u.

43RD STEP నలభై మూడవ పాఠము

ABOUT MONEY

డబ్బు గురించి

1.How much money do you have?	మీ వద్ద ఎంత డబ్బు ఉంది?	mī va'dda eṃ' ḍabbu uṃdi?
—Not very much.	- పెద్దగా ఎక్కువేమీ లేదు.	- peddagā ekkuvēmī lēdu.
×	×	×
2.She looks upset about something.	ఆవిడ దేని గురించో బాధపడుతోంది.	2. āviḍa dē guriñcō bādhapaḍu'ōṃdi.
—I think she has lost her money ?	- ఆవిడ డబ్బు పోగొట్టుకున్నదనుకుంటాను.	- āviḍa ḍabbu pōgoṭṭu kuna' nadana'ukuṇṭāna'u.
—Are you sure she lost her money?	- ఆవిడ డబ్బు పోగొట్టుకున్నదని మీకు తెలుసా?	- āviḍa ḍabbu pōgoṭṭu kuna'nada mīku 'elusā?
—I am sure she did lose the money.	- అవును, నేను ఆ విషయాన్ని అనుకుంటున్నాను.	- ava'una'u, nēna'u ā viṣa ynā ana'ukuṇṭunnāna'u.
3.How many rupees did you have in your bank?	మీ బ్యాంక్ ఖాతాలో ఎంత డబ్బు ఉండినది?	mī byāṅk khā'ālō eṃ' ḍabbu uṃḍina'di?
—I had exactly three hundred rupees.	నా దగ్గర సరిగ్గా మూడు వందల రూపాయలు ఉండినవి.	nā daggara sariggā ma'ūḍu va'ṃdala rūpāyalu uṃḍina'vi.
×	×	×
4.Did you sell your motorcycle?	మీ మోటర్‌సైకిల్‌ను అమ్మారా?	mī mōṭarsaikilna'u ama'mārā?
—Yes, I sold it to Anupam.	అవును, నేను దాన్ని నా స్నేహితుడు అనుపమ్‌కు అమ్మాను.	ava'una'u, nēna'u dnā nā snehi'uḍu ana'upamku ama'māna'u.
5.Could you lend me one hundred rupees until tomorrow?	రేపటివరకు వందరూపాయలు ఇవ్వగలరా?	rēpaṭiva'raku va'ṃdarūpāyalu iva'vagalarā?

—No, I could	- లేదు, నేను ఇవ్వలేను.	- lēdu, nēna'u iva'valēna'u.
×	×	×
6.Could you spare six hundred rupees? —Yes, but I shall need the money before next week.	మీరు ఆరు వందల రూపాయలు ఇవ్వగలరా? - అవును, కానీ నాకు ఆ డబ్బు వారం లోగా కావాలి.	mīru āru va'ṃdala rūpāyalu iva'vagalarā? - ava'una'u, kā nāku ā ḍabbu vāraṃ lōgā kāvāli.
×	×	×
7.Did you get the money? —Yes, I form my colleague.	నీకు డబ్బు లభించిందా? అవును, నేను నా సహోద్యోగుల నుండి తీసుకున్నాను.	ku ḍabbu labhiñcindā? ava'una'u, nēna'u nā sahōdyōgula na'uṃḍi tīsukunnāna'u.
×	×	×
8.Have you got any change? —Here are seven paise and six coins of five	మీ వద్ద చిల్లరేమైనా ఉ ందా? - ఇదిగో పదిపైసల బిళ్ళలు ఏడు మరియు ఐదు పైసల బిళ్ళలు ఆరు ఉన్నాయి.	mī va'dda cillarēmainā uṃdā? - idigō padipaisala biḷḷalu ēḍu ma'riyu aidu paisala biḷḷalu āru unnāyi.
×	×	×
9.Can you change this ten rupee note? —I am sorry I don't have any note.	మీరు ఈ పదిరూపాయల నోటుని మార్చగలరా? - క్షమించండి, నా వద్ద ఎటువంటి నోటు లేదు.	mīru ī padirūpāyala nōṭu ma'ārcagalarā? - kṣamiñcaṇḍi, nā va'dda eṭuva'ṃṭi nōṭu lēdu.
×	×	×
10.Do you have change for one hundred rupees? —Just a minute, and I shall see.	మీ వద్ద వందరూపాయలకు చిల్లర ఉందా? - ఒక్కనిమిషం ఆగండి, చూసి చెబుతాను.	mī va'dda va'ṃdarūpāyalaku cillara uṃdā? - okkamiṣaṃ āgaṇḍi, cūsi cebu'āna'u.
×	×	×

11. Will you get foreign exchange? —Yes, I will.	మీరు విదేశ నాణ్యములను తీగలరా? - ఆ.	mīru vidēśa nāṇyama'ulana'u tīgalarā? - ā.
×	×	×
12. How much will you get? —A student generally gets foreign exchange worth about 5000 dollars per year.	మీరు ఎంత డబ్బు ఇస్తారు? - ఒక విద్యార్థి సాధారణంగా సంవత్సరమునకు 5000 డాలర్ల విలువగల విదేశీ ధనమును ఇవ్వబడుతాడు.	mīru eṃ' ḍabbu istāru? - oka vidyārthi sādhāraṇaṅgā saṃva"sa rama'una'ku 5000 ḍālarla viluva'gala vidēśī dhana'ma'una'u iva'vabaḍu'āḍu.
×	×	×
13. What is your salary? —I am drawing 400 per month.	మీ జీతమెంత? - నెలకు 400 రూపాయలు.	mī jī'meṃ'? - nelaku 400 rūpāyalu.
×	×	×
14. How much do you expect? —I do not wish to have more than fifty rupees.	మీరు ఎంతకు ఎదురు చూస్తున్నారు? - నాకు ఇంకోయాభై రూపాయలు చాలు.	mīru eṃ'ku eduru cūstunnāru? - nāku iṃkōyābhai rūpāyalu cālu.
×	×	×
15. Do you give any discount? —Not at all.	మీరు రాయితీలేవైనా ఇస్తారా? - ఏమాత్రమూ లేదు.	mīru rāyitīlēvainā istārā? - ēma'ā'rama'ū lēdu.
×	×	×
16. Is this worth twenty rupees? —Why not? It is rather costlier	ఇది ఇరవై రూపాయల విలువ చేస్తుందా? - ఎందుకు చేయదు? అంతకన్నా ఎక్కువ విలువ చేస్తుంది.	idi iravai rūpāyala viluva' cēstundā? - eṃduku cēyadu? aṃ'kannā ekkuva' viluva' cēstundi.

44TH STEP నలభై నాల్గవ పాఠము

ON THE BUS

బస్సులో

1. Pay for the tickets.	టిక్కెట్టుకు డబ్బులు ఇవ్వండి.	ṭikkeṭṭuku ḍabbulu iva'vaṇḍi.
2. No, I paid last time. It is your turn today.	నేను మునుపటి సారికిచ్చాను. ఇప్పుడిది నువ్వు ఇవ్వాలి	nēna'u ma'una'upaṭi sārikiccāna'u. ippuḍidi na'uva'vu ivvāli
3. All right. Shall we get off at ring road, Lajpat Nagar?	సరే, మనము లాజ్‌పత్‌నగర్‌లోని రింగ్ రోడ్డులో దిగుతామా?	sarē, ma'na'ma'u lājpa 'na'garlō riṅg rōḍḍulō digu'āma'ā?
4. I think the Central Market is little nearer the cinema. Anyway fair is the same.	సెంట్రల్ మార్కెట్టు సినిమాహాల్‌నుండి కాస్త దగ్గరగా ఉందనుకుంటాను. ఏమైనప్పటికినీ, ఛార్జి మాత్రము ఒక్కటే.	senṭral ma'ārkeṭṭu sima'āhālna'uṃḍi kāsta daggaragā uṃdana'ukunṭāna'u. ēmaina'p paṭikī, chārji ma'ā'rama'u okkaṭē.
5. Yes, it is. I usually get off at ring road, but it makes no difference.	అవును, సరిగ్గా చెప్పావు. నేను సాధారణంగా రింగ్‌రోడ్డువద్దనే దిగుతాను. ఐనప్పటికీ పెద్దగా తేడా ఏమీ లేదు. చార్జి ఒక్కటే.	ava'una'u, sariggā ceppāva'u. nēna'u sādhā raṇaṅgā riṅgrōḍ ḍuva'd danē digu'āna'u. aina'p paṭikī peddagā 'ēḍā ēmī lēdu. cārji okkaṭē.
6. Now buy the tickets.	ఇప్పుడు టిక్కెట్లు కొనండి.	ippuḍu ṭikkeṭlu kona'ṃḍi.
7. The bus is over crowded, So I think the conductor is very busy.	బస్సు కిటకిటలాడుతోంది. కాబట్టి కండక్టరు చాలా బిజీగా ఉన్నాడని నేననుకుంటున్నాను.	bassu kiṭakiṭalāḍu'oṃdi. kābaṭṭi kaṇḍakṭaru cālā bijīgā unnāḍa nēna'na'u kunṭunnāna'u.
8. But have you got the money ready?	ఐతే నువ్వు డబ్బును తీసి ఉంచావా?	ai'ē na'uva'vu ḍabbuna'u tīsi uṃcāvā?
9. Yes, I have got the exact fare.	అవును, నేను సరైన చిల్లర తీసి ఉంచాను.	ava'una'u, nēna'u saraina' cillara tīsi uṃcāna'u.

In a Public Library గ్రంథాలయమునందు

1. May I be a regular member of the library?	నేను గ్రంథాలయములో సభ్యుడిగా చేరవచ్చా?	nēna'u granthālayama'ulō sabhyuḍigā cērava'ccā?
2. Of course. Complete this form please and get it signed with any Gazzetted officer.	తప్పకుండా. ఈ ఫామ్‌ని పూరించి ఒక గెజటెడ్ ఆఫీసరు సంతకంతో తీసుకురండి.	ppakuṇḍā. ī phām pūri ñci oka gejaṭeḍ āphīsaru saṃ'kaṃ'ō tīsukuraṇḍi.
3. What is the membership fees?	సభ్యత్వపు రుసుము ఎంత?	sabhya'vapu rusuma'u eṃ'?
4. Not at all, the public library service is entirely free.	ఏమాత్రము లేదు. ఈ గ్రంథాలయమునందలి సేవలు పూర్తిగా ఉచితము.	ēma'ā'rama'u lēdu. ī granthālayama'una'ṃdali sēva'lu pūrtigā uci'ma'u.
5. How many books do you lend at a time?	మీరు ఒక్కసారికి ఎన్ని పుస్తకములు అరువుకిస్తారు.	mīru okkasāriki ena pustakama'ulu aruva'ukistāru.
6. The library lends three books for fourteen days.	ఈ గ్రంథాలయంలో ఒక్కసారిగా మూడుపుస్తకములు పద్నాలుకు రోజులపాటు అరువుకి ఇస్తాము.	ī granthālayaṃlō okkasārigā ma'ūḍupus takama'ulu padnāluku rōjulapāṭu aruva'uki istāma'u.
7. I see. What is the late fee per day?	అలాగా, మరి ఆలశ్యమైతే రోజుకెంత చెల్లించాల్సి ఉంటుంది.	alāgā, ma'ri ālaśyamai'ē rōjukeṃ' celliñcālsi uṃṭundi.
8. We charge ten paise per day for each book.	మేము ఒక్కొక్క పుస్తకానికి రోజుకి పది పైసలు చొప్పున తీసుకుంటాము.	mēma'u okkokka pusta kāki rōjuki padi paisalu coppuna' tīsukuṇṭāma'u.
9. What are the working hours of the library?	లైబ్రరీ పనిచేయు సమయములేవి?	laibrarī pacēyu sama'yama'ulēvi?
10. The library remains open from 9 a.m to 7.30 p.m.	ఈ గ్రంథాలయము ఉదయం 9గంటలనుండి రాత్రి 7.30గంటల వరకు తెరువబడి ఉంటుంది.	ī granthālayama'u udayaṃ 9ganṭalana'uṃḍi rātri 7.30ganṭala va'raku 'eruva'baḍi uṃṭundi.

At the theatre సినిమాహాల్ వద్ద

1. It's interval. Shall we go to the snack bar and have a cup of tea?	ఇంటర్‌వెల్ సమయమౌతోంది. మనము స్నాక్ బార్ వద్దకు వెళ్ళి ఒక కప్పు టీ తాగుదామా?	iṃṭarvel sama'yama' au'ōṃdi. ma'na'ma'u snāk bār va'ddaku veḷḷi oka kappu ṭī 'āgudāma'ā?
2. I don't want anything. Let us stretch our legs.	నాకు ఏమీ వద్దు. మన అలా ఇలా నడిచొద్దాము.	nāku ēmī va'ddu. ma'na' alā ilā na'ḍicoddāma'u.
3. Let us go. What do you think of heroine?	సరే వెళదామా. నువ్వు హీరోయిన్ గురించి ఏమనుకుంటున్నావు.	sarē veḷadāma'ā. na'uva'vu hīrōyin guriñci ēma'na'ukuṇṭunnāva'u.
4. Her performance was very good.	ఆవిడ చాలా బాగా నటించింది.	āviḍa cālā bāgā na'ṭiñcindi.
5. Really her future is very good.	ఆవిడకు నటజీవితంలో ఉజ్వల భవిష్యత్తు ఉంది.	āviḍaku na'ṭajīvi'ṃlō ujvala bhaviṣya'tu uṃdi.
6. She certainly surpassed all	అభినయంలో ఆవిడ సహనటులందరినీ మించిపోయింది.	abhina'yaṃlō āviḍa sahana'ṭulandarī miñcipōyindi.
7. None of the others was as good as she was.	ఆవిడెంత బాగా చేసిందంటే, ఇతరులెవరూ ఆవిడతో సమంగా చేయలేదు.	āviḍeṃ' bāgā cēsin daṇṭē, i'ruleva'rū āviḍa'ō sama'ṃgā cēyalēdu.
8. Except the young child Mira who made us all laugh.	మనందర్నీ నవ్వించిన చిన్నబిడ్డ మీరను మినహాయిస్తే.	ma'na'ṃdarnī na'vviñ cina' cina'nabiḍḍa mīrana'u mina'hāyistē.
9. The bell is ringing. It's time to go back.	గంట మ్రోగుతోంది. మనం తిరిగి వెళ్ళేందుకు సమయమౌతోంది.	ganṭa mrōgu'ōṃdi. ma'na'ṃ tirigiveḷḷēnduku sama'yama'au'ōṃdi.

45TH STEP నలభై ఐదవ పాఠము

ASKING THE WAY

దారిని అడగటం

1.Excuse me. Can you tell me where is the temple	మీకు ఇబ్బంది అనిపించలేదంటే, గుడి ఎక్కడుందో చెప్తారా?	mīku ibbandi apiñcalēdaṇṭē, guḍi ekkaḍundō ceptārā?
2. Which temple are you looking for?	ఏగుడి?	ēguḍi?
3. I mean the tempe of Laxmi Narayan	నేను అడిగేది లక్ష్మీనారాయణుని గుడిగురించి.	nēna'u aḍigēdi lakṣīnārāyaṇu guḍiguriñci.
4. Oh, the Birla Mandir. Go straight to the traffic light and then turn left	ఓ, బిర్లామందిరమా. నేరుగా మొదటి ట్రాఫిక్ లైట్ వద్దకు వెళ్ళి ఎడమవైపుకు తిరగండి.	ō, birlāma'ṃdirama'ā. nērugā modaṭi ṭrāphik laiṭ va'ddaku veḷḷi eḍama'vaipuku tiragaṇḍi.
5. I see. Is it far?	అలాగా. చాలా దూరం ఉంటుందా?	alāgā. cālā dūraṃ uṃṭundā?
6. Not so far. Only one kilometre.	అంత దూరమేమీ లేదు. ఒక్క కిలోమీటరు మాత్రం ఉంటుంది.	aṃ' dūramēmī lēdu. okka kilōmīṭaru ma'ā'raṃ uṃṭundi.
7. Turn left at the first traffic	మొదటి ట్రాఫిక్ లైట్ వద్ద ఎడమవైపుకు తిరగండి.	modaṭi ṭrāphik laiṭ va'dda eḍama'vaipuku tiragaṇḍi.
8. When you turn left, you will see the temple	మీరు ఎడమవైపుకు తిరగ్గానే, మీకు గుడి కనిపిస్తుంది.	mīru eḍama'vaipuku tiraggānē, mīku guḍi kapistundi.
9. Thank you.	కృతజ్ఞతలండీ.	kr̥'jña'laṇḍī.
10. Not at all. It is a matter of gladness to help a stranger.	ఎందుకులెండి. తెలియనివారికి చెప్పడం సంతోషించదగ్గ విషయమే కదా.	eṃdukuleṇḍi. 'eliyavāriki ceppaḍaṃ saṃ'ōṣiñca dagga viṣayamē kadā.

At the medical store మందుల షాపు వద్ద

1. Can you make up this prescrition for me, please?	దయచేసి, ఈ ప్రెస్క్రిప్సన్‌లోని మందుల్ని ఇస్తారా.	dayacēsi, ī preskripsanlō ma'ṃdulni istārā.

2. Certainly, gentleman, will you come back later?	తప్పకుండానండి, మీరు కాసేపటి తరువాత మళ్ళీ రాగలరా?	'ppakuṇḍāna'ṃḍi, mīru kāsēpaṭi 'ruvā' ma'ḷḷī rāgalarā?
3. How long will it take?	ఎంత సమయమౌతుంది.	eṃ' sama'yama'au'uṃdi.
4. Only ten minutes.	పది నిమిషములు మాత్రమే.	padi miṣama'ulu ma'ā'ramē.
5. Could you recomm end something for headache ?	మీరు తలనొప్పికి ఏదైనా మందును చెప్పగలరా?	mīru 'lanoppiki ēdainā ma'ṃduna'u ceppagalarā?
6. Yes, these tablets are very effective. Mostly doctors prescribe them	ఈ మాత్రలు చాలా బాగా పనిచేస్తాయి. ఈ రోజుల్లో ఎక్కువమంది డాక్టర్లు వీటిని వ్రాసి ఇస్తున్నారు.	ī ma'ā'ralu cālā bāgā pacēstāyi. ī rōjullō ekkuva'ma'ṃdi ḍākṭarlu vīṭi vrāsi istunnāru.
7. All right. I will take ten tablets.	చాలా మంచిది. నేను పది మాత్రలు తీసుకుంటాను.	cālā ma'ṃcidi. nēna'u padi ma'ā'ralu tīsukuṇṭāna'u.
8. Will that be all, Sir?	అంతేకదండీ.	aṃ'ēkadaṇḍī.
9. Yes, except for my medicines? Will it be ready now ?	అంతేనండీ, నా మందులకిది చాలా? అవి ఇప్పుడు సిద్ధమౌతాయా?	aṃ'ēna'ṃḍī, nā ma'ṃdulakidi cālā? avi ippuḍu siddhama'au'āyā?
10. Not yet. Wait for a short	కాదండీ, కొద్దిసేపు ఆగండి. దయచేసి అక్కడ కూర్చోండి.	kādaṇḍī, koddisēpu āgaṇḍi. dayacēsi akkaḍa kūrcōṇḍi.

On The Telephone టెలిఫోనులో

1. Is it Diamand Pocket Books?	డైమండ్ పాకెట్ బుక్సేనా?	ḍaima'ṃḍ pākeṭ buksēnā?
2. Yes, Diamand. Good morning.	అవునండి, డైమండే. నమస్తే.	ava'una'ṃḍi, ḍaima'ṃḍē. na'ma'stē.
3. May I speak to Mr. Narendra ?	నేను నరేంద్ర కుమార్ గారితో మాట్లాడొచ్చా?	nēna'u na'rēndra kuma'ār gāri'ō ma'āṭlāḍoccā?
4. Sorry, he has not arrived yet.	వారు ఇంకారాలేదండీ.	vāru iṃkārālēdaṇḍī.
5. Can you tell when he will	అతనెప్పుడు వస్తారో చెప్పగలరా?	a'neppuḍu va'stārō ceppagalarā?
6. I don't know. You can give me your message	నాకు తెలియదు. మీరు ఏమైనా చెప్పాలనుకుంటుంటే నాతో చెప్పండి.	nāku 'eliyadu. mīru ēmainā ceppālana'u kuṇṭuṇṭē nā'ō ceppaṇḍi.

7. Will you convey him that I-Mr.Lamba called and ask him to ring me back as early as possible	మీరు అతనితో నేను - లంబా ఫోన్ చేశానని నాకు వెంటనే ఫోన్ చేయమన్నానని చెబుతారా?	mīru a"ō nēna'u - lambā phōn cēśāna' nāku veṇṭ anē phōn cēyama'nnāna' ecebu'ārā?
8. O.K. What is your telephone	చెబుతాను. మీ టెలిఫోన్ నంబరు చెప్పండి.	cebu'āna'u. mī ṭeliphōn na'ṃbaru ceppaṇḍi.
9. My number is 654527*. Mr.Narendra already knows.	నా నంబరు 654527, నరేంద్రగారికి ముందే తెలుసు.	nā na'ṃbaru 654527, na'rēndragāriki ma'uṃdē 'elusu.
10. Very well, sir. I shall tell him as	చాలా మంచిది, సరేనండి. నేను అతను రాగానే అతనికి చెబుతాను.	cālā ma'ṃcidi, sarēna'ṃḍi. nēna'u a'na'u rāgānē a'ki cebu'āna'u.
11. Thanks. Please remember, it is most urgent. Good bye.	థాంక్స్. దయచేసి గుర్తు పెట్టుకోండి, ఇది అత్యావసరమైన విషయం. ఉంటాను.	thāṅks. dayacēsi gurtu peṭṭukōṇḍi, idi a'yava'sa ramaina' viṣayaṃ. uṃṭāna'u.
*six five four five two seven.	ఆరు ఐదు నాలుగు ఐదు రెండు ఏడు	vaāru aidu nālugu aidu reṇḍu ēḍu

46TH STEP నలభైఆరవ పాఠము

MAKING A TRUNK CALL

ట్రంక్ కాల్ చేయడం

Subscriber—Hello Exchange!	సబ్‌స్క్రైబర్ - హలో ఎక్స్ఛేంజ్?	sabskraibar - halō ekschēñj?
Operator—Yes, Exchange speaking.	ఆపరేటర్ - అవునండి, ఎక్స్ఛేంజ్ నుంచే మాట్లాడుతున్నాను.	āparēṭar - ava'una'ṃḍi, ekschēñj na'uṃcē ma'āṭlāḍu'unnāna'u.
Subs—Please book an urgent trunk call.	సబ్‌స్క్రైబర్ - దయచేసి అవసరంగా ఒక ట్రంక్‌కాల్‌ని బుక్ చేయండి.	sabskraibar - dayacēsi ava'saraṅgā oka ṭraṅkkāl buk cēyaṇḍi.
Op—For which city?	ఆపరేటర్ - ఏ పట్టణానికండి?	āparēṭar - ē paṭṭaṇākaṇḍi?
Subs—For Pune, please.	సబ్‌స్క్రైబర్ - పూనేకి.	sabskraibar - pūnēki.
Op—What number, please?	ఆపరేటర్ - నంబరేమిటండి?	āparēṭar - na'ṃbarēmiṭaṇḍi?
Subs—6543*	సబ్‌స్క్రైబర్ - 6543వ	sabskraibar - 6543va
Op—Is the call in the name of a person?	ఆపరేటర్ - కాల్ వ్యక్తిగతమైనదా?	āparēṭar - kāl va'yaktiga'maina'dā?
Subs—Yes, please, it is in the name of Yash Shah.	సబ్‌స్క్రైబర్ - అవునండి, యాష్ షా అనే అతనికి.	sabskraibar - ava'una'ṃḍi, yāṣ ṣā anē a'ki.
Op—Please spell out the name.	ఆపరేటర్ - పేరులోని అక్షరములను క్రమంగా చెప్పండి.	āparēṭar - pērulō akṣarama'ulana'u krama'ṃgā ceppaṇḍi.
Subs—Y for Yamuna nagar, A for Agra, S for Srinagar, H for Hyderabad. Deccan College, Pune.	సబ్‌స్క్రైబర్ - యాత్రలోని యా హరీష్ లోని ష్ మరియు షాజహాన్‌లోని షా	sabskraibar - yā'ralō yā harīṣ lō ṣ ma'riyu ṣājahānlō ṣā
Op—O.K. Your phone number?	ఆపరేటర్ - సరే, మీ ఫోన్ నంబరేంటి?	āparēṭar - sarē, mī phōn na'ṃbarēṇṭi?

Sub—203606+	సబ్‌స్క్రైబర్ - 203606	sabskraibar - 203606
Op—Well, please wait for five minutes or so.	ఆపరేటర్ - సరేనండి, ఓ ఐదు నిమిషములు ఆగండి.	āparēṭar - sarēna'ṃḍi, ō aidu miṣama'ulu āgaṇḍi.
Subs—What is my registration number?	సబ్‌స్క్రైబర్ - నా రెజిస్ట్రేషన్ నంబరేంటి?	sabskraibar - nā rejisṭrēṣan na'ṃbarēṇṭi?
Op—B for Bombay 1002×	ఆపరేటర్ - బాంబే లోని బి 1002 ✓	āparēṭar - bāmbē lō bi 1002
Subs—Thank you, sir	థాంక్యూ, సార్.	thāṅkyū, sār.
[After seven minutes]	'ఏడు నిమిషములు తరువాతో	ēḍu miṣama'ulu 'ruvā'o
Op—Hello, is it 203606?+	ఆపరేటర్ - హలో, ఇది 203606 నంబరేనా?	āparēṭar - halō, idi 203606 na'ṃbarēnā?
Subs—Yes speaking.	సబ్‌స్క్రైబర్ - అవును చెప్పండి.	sabskraibar - ava'una'u ceppaṇḍi.
Op—Here is your trunk call to Pune. Please speak to your friend.	ఆపరేటర్ - పూనెకి మీ ట్రంక్ కాల్. ఇదిగోండి ఇక మీరు మాట్లాడండి.	āparēṭar - pūneki mī ṭraṅk kāl. idigōṇḍi ika mīru ma'āṭlāḍaṇḍi.
Subs—Thank you very much.	సబ్‌స్క్రైబర్ - చాలా థాంక్స్ అండీ.	sabskraibar - cālā thāṅks aṃḍī.
Subs—Hello, Yash?	సబ్‌స్క్రైబర్ - హలో! యాష్ షానా?	sabskraibar - halō! yāṣ ṣānā?
Yash—Speaking.	యాష్ - యాష్‌ని మాట్లాడుతున్నాను.	yāṣ - -----yāṣ ma'āṭlāḍu'unnāna'u.
Subs—Amit from Delhi.	సబ్‌స్క్రైబర్ - ఢిల్లీ నుండి అమిత్ మాట్లాడుతున్నాను.	sabskraibar - ḍillī na'uṃḍi ami' ma'āṭlāḍu'unnāna'u.
Yash—Oh! Your father was very anxious about you.	యాష్ - అలాగా మీ నాన్నగారు నీ గురించి చాలా చింతిస్తూ ఉన్నారు.	yāṣ - alāgā mī nāna'nagāru guriñci cālā cintistū unnāru.
Amit—I arrived here only yesterday.	అమిత్ - నేను ఇక్కడికి నిన్న చేరుకున్నాను.	ami' - nēna'u ikkaḍiki na'na cērukunnāna'u.
Yash—How are all in the family? How is my sister-in law? your mother?	యాష్ - ఇంట్లో అంతా బాగున్నారా? మా వదిన ఎలా ఉంది? - మీ అమ్మగారు?	yāṣ - iṃṭlō am'ā bāgunnārā? ma'ā va'dina' elā uṃdi? - mī ama'magāru?

Amit—All are O.K. Where is my father?	అమిత్ - అంతా బాగున్నారు. మా నాన్నగారెక్కడ?	ami' - aṃ'ā bāgunnāru. ma'ā nāna'nagārekkaḍa?
Yash—He has gone to attend a literary meeting.	యాష్ - ఆయన సాహిత్య సదస్సుకు వెళ్ళారు.	yāṣ - āyana' sāhi'ya sadassuku veḷḷāru.
Amit—How is he?	అమిత్ - అయనెలా ఉన్నారు?	ami' - ayanelā unnāru?
Yash—My brother? He is very well. He is busy in compiling a classified dictionary.	యాష్ - మా అన్నేకదా చాలాబాగున్నారు. ఆయన ఇప్పుడు వర్గీకరణతో కూడిన నిఘంటువును తయారు చేయటలో బిజీగా ఉన్నారు.	yāṣ - ma'ā annēkadā cālābāgunnāru. āyana' ippuḍu va'rgīkaraṇa'ō kūḍina' ghanṭuva'una'u 'yāru cēyaṭalō bijīgā unnāru.
Amit—How is uncle?	అమిత్ - అంకుల్ ఎలా ఉన్నారు?	ami' - aṃkul elā unnāru?
Yash—Very well. Today he has gone to Bombay.	యాష్ - ఆయనా చాలా బాగున్నారు. ఈరోజాయన బాంబే వెళ్ళారు.	yāṣ - āyanā cālā bāgunnāru. īrōjāyana' bāmbē veḷḷāru.
Amit—How much work is to be done yet?	అమిత్ - ఇంకా ఎంత పని చేయాల్సి ఉంది?	ami' - iṃkā eṃ' pa cēyālsi uṃdi?
Yash—The work is almost done. Only revision is required.	యాష్ - పని దాదాపుగా పూర్తయ్యింది. పునః పరిశీలన మాత్రం చేయాలి.	yāṣ - pa dādāpugā pūrtayyindi. puna'ḥ pariśīlana' ma'ā'raṃ cēyāli.
Amit—Ask my father to ring me up tomorrow morning at half past six.	అమిత్ - నాన్నగార్ని రేపు ఉదయం ఆరున్నర గంటలకు నాకు ఫోన్ చేయమని చెప్పండి.	ami' - nāna'nagārni rēpu udayaṃ āruna'nara ganṭalaku nāku phōn cēyama' ceppaṇḍi.
Yash—O.K. I shall tell him.	యాష్ - సరే, నేను ఆయనకు చెబుతాను.	yāṣ - sarē, nēna'u āyana'ku cebu'āna'u.
Subs—Hello, Sir, my talk is finished. Would you kindly let me know the charges?	సబ్‌స్క్రైబర్ - హలో, సార్, నేను మాట్లాడాను. చార్జీ ఎంతవ్విందో చెబుతారా?	sabskraibar - halō, sār, nēna'u ma'āṭlāḍāna'u. cārjī eṃ'vvindō cebu'ārā?
Op—Rupees Sixty, Sir.	ఆపరేటర్ - అరవై రూపాయలవ్విందండీ.	āparēṭar - aravai rūpāyalavvindaṇḍī.
Subs—Thank you.	థాంక్యూ.	thaṅkyū.

47TH STEP నలభై ఏడవ మెట్టు

ABOUT A TRIP

చిన్న ప్రయాణము గురించి

Abha—Puja, have ever been to Mahabalipuram?	అభ - పూజ! నువ్వెప్పుడైనా మహాబలిపురం వెళ్ళావా?	abha - pūja! na'uvveppuḍainā ma'hābalipuraṃ veḷḷāvā?
Puja—No, I could not spare my time for it.	పూజ - లేదు, నాకు సమయం దొరకలేదు.	pūja - lēdu, nāku sama'yaṃ dorakalēdu.
Abha—Just have a short trip. It enables you to witness a charming scenery.	అభ - ఓ చిన్న యాత్రను ఏర్పాటుచేసుకో. అక్కడ నువ్వు చూసేందుకు చాలా మంచి దృశ్యాలు ఉన్నాయి.	abha - ō cina'na yā'rana'u ērpāṭucēsukō. akkaḍa na'uva'vu cūsēnduku cālā ma'ṃci dṛśyālu unnāyi.
Puja—O.K. I shall go for a short visit tomo rraw with my father.	పూజ - సరే. రేపు నేను మా నాన్నతో వెళతాను.	pūja - sarē. rēpu nēna'u ma'ā nāna'na'ōveḷa'āna'u.
(The very next day Abha asks Puja)	(మరుసటి రోజు అభ పూజని అడుగుతుందో)	(ma'rusaṭi rōju abha pūja aḍugu'uṃdo)
Abha—How did you like Mahabalipuram?	అభ - నీకు మహాబలిపురం ఎలా అనిపించింది?	abha - ku ma'hābali puraṃ elā apiñcindi?
Puja—It was really marvellous.	పూజ - అది చాలా అద్భుతంగా అనిపించింది.	pūja - adi cālā adbhu'ṃgā apiñcindi.
Abha—Have you not visited the sculptures by the side of the .seashore?	అభ - నువ్వు సముద్ర తీరాన ఉన్న శిల్పాలను చూడలేదా?	abha - na'uva'vu sama'udra tīrāna' una'na śilpālana'u cūḍalēdā?
Puja—Indeed, I have, but I am not attracted to it by some religious faith.	పూజ - నిస్సందేహంగా, చూశాను. కానీ అవి మత విశ్వాసానికి సంభంధించినవిగా ఉండటం వలన నాకు అంత ఆకర్షణీయంగా అనిపించలేదు.	pūja - ssandēhaṅgā, cūśāna'u. kā avi ma'' viśvāsāki sambhandiñ cina'vigā uṃḍaṭaṃ va'lana' nāku aṃ'

		ākarṣaṇīyaṅgā apiñcalēdu.
Abha—Understand my point. You are a poet. Did you not see any work of art in the sculpture scattered around Mahabalipuram?	అభ - నువ్వు నేనెందుకు అడుగుతున్నానో అర్థంచేసుకో. నువ్వు కవయిత్రివి. మహాబలిపురంలోని శిల్పములలో నీకు సృజనాత్మక నైపుణ్యమేదీ కనిపించలేదా ?	abha - na'uva'vu nēnen duku aḍugu'un nānō arthañcēsukō. na'uva'vu kava'yitrivi. ma'hābali puraṃlō śilpama'ulalō ku sṛjanā'maka naipuṇya mēdī kapiñcalēdā ?
Puja—There are certainly works art and I appreciated them. I was really impressed.	పూజ - నిజంగా సృజనాత్మకమైక కళా రూపాలే. నేను వాటినెంతగానో ప్రశంసిస్తున్నాను. నేను నిజంగా ప్రభావితురాలినయ్యాను.	pūja - jaṅgā sṛjanā'maka maika kaḷā rūpālē. nēna 'u vāṭinem'gānō praśaṃ sistunnāna'u. nēna'u jaṅgā prabhāmi 'rālina'yyāna'u.
Abha—Apart from this, how did you enjoy the view of the sea?	అభ - అది కాకుండా, సముద్ర తీరంలోని దృశ్యాల్ని గురించి చెప్పు.	abha - adi kākuṇḍā, sama'udra tīraṃlō dṛśyālni guriñci ćeppu.
Puja—I cannot express that in words. It was marvellous indeed.	పూజ - నేను వాటిని మాటల్లో చెప్పలేను. నిజంగా ఎంతో అద్భుతంగా ఉన్నది.	pūja - nēna'u vāṭi ma'āṭallō ceppalēna'u. jaṅgā eṃ'ō adbhu'ṃgā una'nadi.

ABOUT A TOUR

యాత్రము గురించి

Uma—Papa, you have come back after two months. Please tell me, what places you have visited.	ఉమ - నాన్నా, మీరు రెండు నెలల తరువాత వస్తున్నారు. ఏ ఏ స్థలాలను చూశారో చెప్పండి.	uma' - nānnā, mīru reṇḍu nelala 'ruvā' va'stunnāru. ē ē sthalālana'u cūśārō ceppaṇḍi.
Papa— Come on my daughter, I am returning after touring throughout India.	నాన్న - అవునమ్మా. నేను మన దేశమంతా చుట్టి వచ్చాను.	nāna'na - ava'una'ma'mā. nēna'u ma'na' dēśama' ṃ'ā cuṭṭi va'ccāna'u.
Uma—Papa, where did you go first?	ఉమ - నాన్న, మీరు మొదటగా ఎక్కడికి వెళ్ళారు?	uma' - nāna'na, mīru modaṭagā ekkaḍiki veḷḷāru?

Papa—First of all, I went to Delhi. Delhi is the Capital of India.	నాన్న - నేను మొట్టమొదటగా, ఢిల్లీ వెళ్ళాను. ఢిల్లీ మన దేశపు రాజధాని.	nāna'na - nēna'u moṭṭamodaṭagā, ḍhillī veḷḷāna'u. ḍhillī ma'na' dēśapu rājadhā.
Uma—What did you see in Delhi?	ఉమ - మీరు ఢిల్లీలో ఏమి చూశారు?	uma' - mīru ḍhillīlō ēmi cūśāru?
Papa—In Old Delhi I saw the Red Fort. I visited the Central Secretariat, the Birla Mandir and the Qutub Minar in New Delhi.	నాన్న - పాత ఢిల్లీలో, రెడ్ ఫోర్ట్‌ను చూశాను. క్రొత్త ఢిల్లీలో కేంద్ర ప్రధాన కార్యాలయము, బిర్లా మందిరము మరియు కుతుబ్ మినార్‌ను చూశాను.	nāna'na - pā' ḍhillīlō, reḍ phōrṭna'u cūśāna'u. kro'ta ḍhillīlō kēndra pradhāna' kāryālayama'u, birlā ma'ṃdirama'u ma'riyu ku'ubh minārna'u cūśāna'u.
Uma—Where did you go afterward?	ఉమ - తరువాత ఎక్కడికెళ్ళారు?	uma' - 'ruvā' ekkaḍikeḷḷāru?
Papa—After that I went to Bom- bay. Bombay is the biggest port of India.	నాన్న - తరువాత నేను ముంబాయికి వెళ్ళాను. ముంబైలో మన దేశంలోనే పెద్ద ఓడరేవు ఉంది.	nāna'na - 'ruvā' nēna'u ma'uṃbāyiki veḷḷāna'u. ma'uṃbailo ma'na' dēśaṃlōnē pedda ōḍarēva'u uṃdi.
Uma—Then you must have seen the sea and big ships also.	ఉమ - ఐతే మీరు సముద్రము మరియు పెద్ద ఓడలను కూడా చూసుంటారు కదూ.	uma' - ai'ē mīru sama'udrama'u ma'riyu pedda ōḍalana'u kūḍā cūsuṇṭāru kadū.
Papa—Yes, I have seen many ships.	నాన్న - అవునమ్మా, నేను చాలా ఓడల్ని చూశాను.	nāna'na - ava'una'ma'mā, nēna'u cālā ōḍalni cūśāna'u.
Uma—Papa, did you not go to Agra?	ఉమ - నాన్నా, మీరు ఆగ్రాకు వెళ్ళలేదా?	uma' - nānnā, mīru āgrāku veḷḷalēdā?
Papa—Oh yes, I went to Agra also and visited the Taj, and dropped at Mathura too, for a day.	నాన్న - అరె అవును, నేను ఆగ్రా వెళ్ళి తాజ్‌మహల్‌ను కూడా చూశాను, ఆ తరువాత ఒకరోజు మధురలో కూడా ఉన్నాను.	nāna'na - are ava'una'u, nēna'u āgṛā veḷḷi 'ājma' halna'u kūḍā cūśāna'u, ā 'ruvā' okarōju ma'dhuralō kūḍā unnāna'u.
Uma-Will you please point out on the map the places you visited papa?	ఉమ - మీరు చూసిన స్థలాల్ని మ్యాప్‌లో చూపుతారా నాన్నా?	uma' - mīru cūsina' sthalālni ma'yāplō cūpu'ārā nānnā?

Papa—Why not, my child, bring the map. I will show you everything.	నాన్న - ఎందుకు చూపనమ్మా, ఏది మ్యాప్ తీసుకురా. నేను నీకు అన్ని స్థలాల్ని చూపుతాను.	nāna'na - eṃduku cūpana'ma'mā, ēdi ma'yāp tīsukurā. nēna'u ku ana sthalālni cūpu'āna'u.
Uma—Thank you Papa. I am coming with classmate Sathyakam.	ఉమ - థాంక్యూ నాన్నా, నేను నాతోబాటు చదువుతున్న సత్యంతో వస్తున్నాను.	uma' - thāṅkyū nānnā, nēna'u nā'ōbāṭu caduma'u'na'na sa'yaṃ'ō va'stunnāna'u.
Papa—O.K. my child.	నాన్న - సరేనమ్మా. రా మరి.	nāna'na - sarēna'ma'mā. rā ma'ri.

48TH STEP నలభై ఎనిమిదవ పాఠము

THE VILLAGER AND THE URBAN

గ్రామవాసి మరియు పట్టణవాసి

Urbaninte—How are you! I am seeing you after a very long time.	పట్టణ వాసి - మీరు ఎలా ఉన్నారు! నేను మిమ్మల్ని చాలా కాలం తరువాత చూస్తున్నాను.	paṭṭaṇa vāsi - mīru elā unnāru! nēna'u mima'malni cālā kālaṃ 'ruvā' cūstunnāna'u.
Villager—Yes friend, I have come here on a particular business and will return back this night.	గ్రామవాసి - అవును మిత్రమా, నేను ఒక ప్రత్యేక పనిపైన ఇక్కడికి వచ్చాను. ఈ రాత్రికి తిరిగి వెళ్ళిపోతున్నాను.	grāma'vāsi - ava'una'u mi'rama'ā, nēna'u oka pra'yēka papaina' ikkaḍi ki va'ccāna'u. ī rātriki tirigi veḷḷipō'unnāna'u.
Urbanite—Why so soon? Do you hesitate to stay in towns?	పట్టణవాసి - అంత తొందరేమిటి? మీరు పట్టణములో ఉండేందుకు సంకోచిస్తున్నారా?	paṭṭaṇavāsi - aṃ' 'oṃda rēmiṭi? mīru paṭṭaṇa ma'ulō uṃḍēnduku saṅkōcistunnārā?
Villager—Yes gentleman, I don't like town at all. I do not find any pleasure in the filthy atmosphere of the towns. Hustle and bustle irritates me.	గ్రామవాసి - అవునండీ, నాకు పట్టణమంటే అస్సలు పడదు. నాకిక్కడి చెత్త మరియు దుర్గంధముతో కూడిన వాతావరణంలో ఎటువంటి సంతోషము కనిపించలేదు ఇక్కడి వేగము మరియు తొందర నన్ను విసుగిస్తోంది .	grāma'vāsi - ava'una'ṃḍī, nāku paṭṭaṇama'ṃṭē assalu paḍadu. nākikkaḍi ce'ta ma'riyu durgandhama'u'ō kūḍina' vā'āva'raṇaṃlō eṭuva'ṃṭi saṃ'ōṣama'u kapiñcalēdu ikkaḍi vēgama'u ma'riyu 'oṃdara na'na'nu visugistōndi .
Urbanite- Wonder! How can you enjoy the life without hustle and bustle. I would	పట్టణవాసి - ఆశ్చర్యంగా ఉందే! వేగము మరియు తొందర లేకుండా మీరు జీవితాన్నెలా ఆనందంగా గడపగలరు? నేనైతే	paṭṭaṇavāsi - āścaryaṅgā uṃdē! vēgama'u ma'riyu 'oṃdara lēkuṇḍā mīru jīvi'ānnelā āna'ṃdaṅgā

not bear the calmness and silence of the village. It would make me mad.	గ్రామములలోని నిశ్శబ్దాన్ని, ప్రశాంతతను తట్టుకోలేను. అవి నన్ను పిచ్చివాణ్ణి చేస్తాయి.	gaḍapagalaru? nēnai'ē grāma'ma'ulalō śśabdnā, praśāṃ"na'u 'ṭ ṭukōlē na'u. avi na'na'nu piccivāṇṇi cēstāyi.
Villager—Everyman has his own attitude, but I much love the rural beauty.	గ్రామవాసి - ప్రతి వ్యక్తికి తనకంటూ ఉద్దేశ్యాలుంటాయి, ఐనప్పటికీ నాకు గ్రామములలోని ప్రకృతి సౌంధర్యము చాలా ఇష్టము.	grāma'vāsi - prati va'yaktiki 'na'kaṇṭū uddēśyāluṇṭāyi, aina'p paṭikī nāku grāma' ma'ulalō prakṛti saundhar yama'u cālā iṣṭama'u.
Urbanite—Are you getting something of this modern age in your village?	పట్టణవాసి - ఆధునిక యుగంలోని సౌకర్యాలని వేటినైనా మీ గ్రామంలో పొందుతున్నారా?	paṭṭaṇavāsi - ādhuka yugaṃlō saukaryāla vēṭinainā mī grāma'ṃlō pondu'unnārā?
Villager—The thing which can be gotten in the village can never be gotten in the town.	గ్రామవాసి - గ్రామంలో దొరికేది పట్టణంలో ఎప్పటికీ దొరకదు.	grāma'vāsi - grāma'ṃlō dorikēdi paṭṭaṇaṃlō eppaṭikī dorakadu.
Urbanite—Oh! Do you want to live in quiet atmosphere alone? Will your life not be dull without cinema, sports and other social activities?	పట్టణవాసి - ఓ! మీకు ప్రశాంత వాతావరణంలో ఒంటరిగా జీవించడమే ఇష్టమా? సినిమా, క్రీడలు మరియు ఇతర కార్యకలాపాలు లేకుండా మీ జీవితం విసుగ్గా ఉండదా?	paṭṭaṇavāsi - ō! mīku praśāṃ' vā'āva'raṇaṃlō oṃṭarigā jīviñcaḍamē iṣṭama'ā? sima'ā, krīḍalu ma'riyu i'ra kāryakalā pālu lēkuṇḍā mī jīvi'ṃ visuggā uṃḍadā?
Villager—I think that will be much better. Of course the town had made the human life a machine.	గ్రామవాసి - అవి ఉంటే బాగుంటుందని నాకు అనిపిస్తోంది. ఐనప్పటికీ పట్టణ జీవితము మానవ జీవితాన్ని యాంత్రికంగా మార్చివేసిందనడంలో సందేహం లేదు.	grāma'vāsi - avi uṃṭē bāguṇṭunda nāku apistōn di. aina'ppaṭikī paṭṭaṇa jīvi'ma'u ma'āna'va' jīvi'nā yāntrikaṅgā ma'ārcivēsindana'ḍaṃlō sandēhaṃ lēdu.
Urbanite - But can a nation prosper without its great cities?	పట్టణవాసి - ఐతే గొప్ప పట్టణములు లేకుండా దేశము అభివృద్ధి చెందగలదా?	paṭṭaṇavāsi - ai'ē goppa paṭṭaṇama'ulu lēkuṇḍā dēśama'u abhiva'ṛddhi cendagaladā?
Villager- But never forget that the	గ్రామవాసి - ఐనప్పటికీ మన దేశపు పునాది నిజంగా	grāma'vāsi - aina'ppaṭikī ma'na' dēśapu punādi

foundation of our nation really lies in villages. Without improvement of the village the nation cannot progress.	గ్రామాల్లోనే ఉన్నదనే విషయాన్ని మరువకండి. గ్రామాభివృద్ధి జరుగకుండా దేశాభివృద్ధి సాధ్యము కాదు.	jaṅgā grāma'āllōnē una'nadanē viṣaynā ma'ruva'kaṇḍi. grāma'ā bhiva'ṛddhi jarugakuṇḍā dēśābhiva'ṛddhi sādhyama'u kādu.
Urbanite- I admit it, but I don't think of leaving the cities.	పట్టణవాసి - నేను దానిని ఒప్పుకుంటున్నాను, కానీ నేను పట్టణమును వదలి వెళ్ళాలనుకోవడం లేదు.	paṭṭaṇavāsi - nēna'u dā oppukuṇṭunnāna'u, kā nēna'u paṭṭaṇama'una'u va'dali veḷḷālana'u kōva'ḍaṃ lēdu.
VIllager- Thank you for the good talk. Now I am in a hurry. We shall talk again whenever we find time. Good bye.	గ్రామవాసి - మీ మంచి మాటలకు ధన్యవాదనలు. ఇప్పుడు నేను కాస్త అవసరంగా వెళ్ళాలి. మనము సమయం దొరికినపుడు మళ్ళీ మాట్లాడుదాము. మరి నేను బయలుదేరుతున్నాను.	grāma'vāsi - mī ma'ṃci ma'āṭalaku dhana'ya vādanạ'lu. ippuḍu nēna'u kāsta ava'saraṅgā veḷḷāli. ma'na'ma'u sama'yaṃ dorikina'puḍu ma'ḷḷī ma'āṭlāḍudāma'u. ma'ri nēna'u bayaludēru'unnāna'u.
Urbanite—Bye-bye. See you again.	ఎట్టణవాసి - సరే - మంచిది. మళ్ళీ కలుద్దాం.	paṭṭaṇavāsi - sarē - ma'ṃcidi. ma'ḷḷī kaluddāṃ.

49TH STEP నలభై తొమ్మిదవ పాఠము

THE DOCTOR AND THE PATIENT

వైద్యుడు మరియు రోగి

Patient—Good morning doctor! Can you spare me a few minutes?	రోగి - నమస్తే అండి, డాక్టర్‌గారు! మీరు నాకోసం కొన్ని నిమిషముల సమయం కేటాయించగలరా?	rōgi - na'ma'stē aṃḍi, ḍākṭargāru! mīru nākō saṃ kno miṣama'ula sama'yaṃ kēṭāyiñcagalarā?
Doctor—Why not? Take seat. Now, tell me what is wrong with you?	వైద్యుడు - ఎందుకు కేటాయించలేను? కూర్చోండి. ఇప్పుడు చెప్పండి, మీ సమస్య ఏమిటి?	vaidyuḍu - eṃduku kēṭāyiñcalēna'u? kūrcōn ḍi. ippuḍu ceppaṇḍi, mī sama'sya ēmiṭi?
Patient—I have lost my appetite. I am always suffering from indigestion. And what is worse, I can't sleep in the night.	రోగి - నాకు ఆకలి పూర్తిగా నశించింది. ఎప్పుడూ అజీర్ణపు సమస్య ఉంటోంది. అన్నిటికీ మించి నాకు రాత్రులలో సరిగ్గా నిద్రపట్టడం లేదు.	rōgi - nāku ākali pūrtigā na'śiñcindi. eppuḍū ajīrṇapu sama'sya uṃṭōndi. anaṭikī miñci nāku rā'rulalō sariggā drapaṭṭaḍaṃ lēdu.
Doctor—I see. What are you?	వైద్యుడు - ఓ, అదా విషయం. మీరు ఏమి పని చేస్తున్నారు?	vaidyuḍu - ō, adā viṣayaṃ. mīru ēmi pa cēstunnāru?
Patient—I am a senior proof-reader in a well established printing press. I have to work long hours on my seat.	రోగి - నేను సీనియర్ ప్రూఫ్‌రీడర్‌ని. బాగా ప్రసిద్ధిగాంచిన ప్రింటింగ్ ప్రెస్‌లో పనిచేస్తున్నాను. నేను చాలా సమయముపాటు ఒకే స్థలంలో కూర్చుని పనిచేయాల్సి ఉంటుంది.	rōgi - nēna'u sīyar prūphrīḍar. bāgā prasid dhigāñcina' priṇṭiṅg preslō pacēstunnāna'u. nēna'u cālā sama' yama'u pāṭu okē sthalaṃ lōkūr cu pacēyālsi uṃṭundi.
Doctor—Are you evening walk?	వైద్యుడు - మీకు సాయంత్రపు సమయాన నడిచే అలవాటు ఉందా?	vaidyuḍu - mīku sāyaṃ'rapu sama'yāna' na'ḍicē alavāṭu uṃdā?
Patient - No doctor, I don't go for a walk in the evening. I feel too	రోగి - లేదు డాక్టరుగారు, ఇంటికి చేరుకునే సరికి బాగా అలసిపోయినట్టుగా	rōgi - lēdu ḍākṭarugāru, iṃṭiki cērukunē sariki bāgā alasipōyina'ṭṭugā

much tired when I get home, I simply takemy food and go to bed.	అనిపిస్తుంది, కాబట్టి భోజనం చేసి పడుకుంటాను.	apistundi, kābaṭṭi bhōjana'ṃ cēsi paḍukuṇṭāna'u.
Doctor—As I think, your troubles are due to your indisciplined life. Take rest and do proper physical labour.	వైద్యుడు - నా అభిప్రాయం ప్రకారం మీ సమస్యలన్నీ క్రమశిక్షణ లేని జీవితం మూలాన ఏర్పడినవే. విశ్రాంతి తీసుకోండి, తరువాత నియమానుసారంగా శారీరిక శ్రమ చేయండి.	vaidyuḍu - nā abhiprā yaṃ prakāraṃ mī sama'syalna krama'śik ṣaṇa lē jīvi'ṃ ma'ūlāna' ērpaḍina'vē. viśrānti tīsu kōṇḍi, 'ruvā' yama'ā na'usāraṅgā śārīrika śrama' cēyaṇḍi.
Patient—I agree you. I could not get any leave for a long time.	రోగి - నేను మీ మాటల్ని ఒప్పుకుంటున్నాను. చాలా కాలంగా నేను దీర్ఘకాలిక సెలవు తీసుకోలేకున్నాను.	rōgi - nēna'u mī ma'āṭal ni oppukuṇṭun nāna'u. cālā kālaṅgā nēna'u dīrghakālika selava'u tīsukōlēkunnāna'u.
Doctor—Well. I advise you to go to any countryside for some days. Rest in the open air,keeping the doors open. Take walk in the morning and the evening. Improve your diet. Be regular in rest and sleep. I think by following these instructions you will be alright in very short period.	వైద్యుడు - మంచిది. నా సలహా ఏమిటంటే మీరు ఏదైనా గ్రామానికి వెళ్ళండి. తలుపులు తెరచి ఉంచి బహిరంగ ప్రదేశంలో విశ్రాంతి తీసుకోండి. ఉదయం మరియు సాయంత్రపు సమయాలలో నడకను కొనసాగించండి. ఆహారాన్ని మెరుగు పరచండి. విశ్రాంతి మరియు నిద్ర విషయవ ములలో క్రమబద్ధంగా వ్యవహరించండి. ఈ సూచనల ప్రకారం నడచుకున్నట్లైతే, మీరు కొంతకాలానికే కోలుకుంటారని భావిస్తున్నాను.	vaidyuḍu - ma'ṃcidi. nā salahā ēmiṭaṇṭē mīru ēdainā grāma'āki veḷḷaṇ ḍi. 'lupulu 'eraci uṃci bahiraṅga pradēśa ṃlō viśrānti tīsukōṇḍi. uday aṃ ma'riyu sāyaṃ' rapu sama'yālalō na'ḍaka na'u kona'sāgiñcaṇḍi. va'yava' hariñcaṇḍi. ī sūcana'la prakāraṃ na'ḍa cukuna'naṭṭai'ē, mīru koṃ'kālākē kōlukuṇṭāra bhāvistunnāna'u.
Patient—Thank you doctor, I shall follow your instructions positively.	రోగి - థాంక్యూ, డాక్టర్! నేను మీరు చెప్పిన విధంగా తప్పక చేస్తాను. థాంక్స్.	rōgi - thāṅkyū, ḍākṭar! nēna'u mīru ceppina' vidhaṅgā 'ppaka cēstāna'u. thāṅks.
Doctor—Please visit me after ten days. I think you will improve.	వైద్యుడు - పది రోజుల తరువాత నన్ను కలవండి. మీ పరిస్థితి అభివృద్ధిచెందుతుందని భావిస్తున్నాను.	vaidyuḍu - padi rōjula 'ruvā' na'na'nu kalava'ṃ ḍi. mī paristhiti abhiva'ṛ ddhicendu'uṃda bhāvistunnāna'u.

•••

50TH STEP యాభైయ్యవ పాఠము

SELF-INTRODUCTION

స్వ పరిచయము

1. My name is Shahnaz.	నా పేరు షానాజ్.	nā pēru ṣānāj.
2. I am an Indian and I live in Pune.	నేను భారతీయరాలిని, నేను పూనెలో నివశిస్తున్నాను.	nēna'u bhāratīyarāli, nēna'u pūnelō va'śistunnāna'u.
3. I have just completed 17 years.	నాకు పదిహేడు సంవత్సరములు ఉన్నాయి.	nāku padihēḍu saṃva" sarama'ulu unnāyi.
4. I am a virgin.	నేను కుమారిని.	nēna'u kuma'āri.
5. I am a student and studying in 10th class.	నేను పదవ తరగతి చదువుతున్న విద్యార్థిని.	nēna'u padava' 'ragati caduma'u'na'na vidyārthi.
6. My father is senior officer in P.M.T.	మా నాన్నగారు పి.యం.టిలో సీనియర్ ఆఫీసర్‌గా ఉన్నారు.	ma'ā nāna'nagāru pi.yaṃ.ṭilō sīyar āphīsargā unnāru.
7. I have two brothers and three sisters.	నాకు ఇద్దరు సోదరులు మరియు ముగ్గురు సోదరీమణులు ఉన్నారు.	nāku iddaru sōdarulu ma'riyu ma'ugguru sōdarīma'ṇulu unnāru.
8. My elder brother is an engineer.	నా పెద్ద సోదరుడు ఇంజనీరుగా పనిచేస్తున్నారు.	nā pedda sōdaruḍu iṃjarugā pacēstunnāru.
9. My younger brother is kind hearted.	నా చిన్న సోదరుడు దయాహృదయుడు.	nā cina'na sōdaruḍu dayāhṛdayuḍu.
10. Minaz, Gulnar and Dilshad are my younger sisters.	మినాజ్, గుల్‌నర్ మరియు దిల్‌షద్‌లు నా సోదరీమణులు.	mināj, gulna'r ma'riyu dilṣadlu nā sōdarīma'ṇulu.
11. They are more intelligent than me.	వాళ్ళు నాకన్నా ఎక్కువ తెలివైనవాళ్ళు.	vāḷḷu nākannā ekkuva' 'elivaina'vāḷḷu.
12. My aim in life is to be a scientist.	సైంటిస్ట్ అవ్వడమే నా జీవితాశయము.	saiṇṭisṭ ava'vaḍamē nā jīvi'āśayama'u.

13. I go to school bybicycle.	నేను బడికి సైకిల్ పై వెళ్తాను.	nēna'u baḍiki saikil pai veḷtāna'u.
14. I get up somewhat late in the morning.	నేను ఉదయమున కాస్త ఆలశ్యంగా నిద్రలేస్తాను.	nēna'u udayama'una' kāsta ālaśyaṅgā dralēstāna'u.
15. I know, this is a bad habit.	ఇది చెడ్డ అలవాటని నాకు తెలుసు.	idi ceḍḍa alavāṭa nāku 'elusu.
16. I am ashamed of it.	నాకు ఈ విషయము సిగ్గుచేటుగా అనిపిస్తుంది.	nāku ī viṣayama'u siggucēṭugā apistundi.
17. Really, I am helpless.	నిజానికి, నేను నిస్సహాయురాలిని.	jāki, nēna'u ssahāyurāli.
18. I intend to improve my habit.	నేను నా అలవాటును మార్చుకోవాలనుకుంటున్నాను.	nēna'u nā alavāṭuna'u ma'ārcukōvālana'ukuṇṭunnāna'u.
19. I hope, I will overpower it.	నేను దీనిని మార్చుకోగలనని నమ్ముతున్నాను.	nēna'u dī ma'ārcukōga lana' na'ma'mu'unnāna'u.
20. I seek the help of my family members to eradicate this evil.	ఈ దురలవాటును మానుకునేందుకు నేను నా కుటుంబ సభ్యుల సహాయాన్ని తీసుకుంటాను.	ī duralavāṭuna'u ma'ān a'ukunēnduku nēna'u nā kuṭumba sabhyula sahāynā tīsukuṇṭāna'u.
21. I take a bath and thank God for his grace.	నేను స్నానముచేసి ఆ తరువాత దేవునికి ప్రార్థన చేస్తుంటాను.	nēna'u snāna'ma'ucēsi ā 'ruvā' dēva'uki prārthana' cēstuṇṭāna'u.
22. I have some pen friends too.	నాకు ఖలం స్నేహితులు కూడా ఉన్నారు.	nāku khalaṃ snēhi'ulu kūḍā unnāru.
23. I write to them now and then.	నేను వారికి అప్పుడప్పుడు లేఖలు వ్రాస్తుంటాను.	nēna'u vāriki appuḍap puḍu lēkhalu vrāstuṇṭāna'u.
24. I respect my elders and love my youngers.	నేను పెద్దలను గౌరవిస్తాను మరియు పిన్నలను ప్రేమిస్తాను.	nēna'u peddalana'u gauravistāna'u ma'riyu pina'nalana'u prēmistāna'u.
25. My mother-tongue is Marathi, but I know Hindi also.	నా మాతృభాష మరాఠి, ఐనప్పటికీ నాకు తెలుగు కూడా తెలుసు.	nā ma'ā'ṛbhāṣa ma'rāṭhi, aina'ppaṭikī nāku 'elugu kūḍā 'elusu.
26. I shall stay in Delhi for two days more.	నేను ఢిల్లీలో ఇంకా రెండు రోజులు ఉంటాను.	nēna'u ḍhillīlō iṃkā reṇḍu rōjulu uṃṭāna'u.
27. I will visit Red Fort, Qutab Minar,	నేను రెడ్ ఫోర్ట్, కుతుబ్ మినార్, జుమ్మా మసీద్,	nēna'u reḍ phōrṭ, ku'ub minār , juma'mā ma'sīd,

Jama Masjid, Dargar-e-Nizamuddin and Birla Mandir	దర్గా-ఇ-నిజాముద్దీన్ మరియు బిర్లా మందిర్‌ని చూస్తాను.	dargā-i-jāma'uddīn ma'riyu birlā ma'ṃdir cūstāna'u.
28. First of all, I am an Indian. I love all my countrymen.	ప్రథమంగా నేను ఒక భారతీయరాలిని. నేను నా దేశ ప్రజలందర్నీ ప్రేమిస్తాను.	pradhama'ṃgā nēna'u oka bhāratīyarāli. nēna'u nā dēśa prajalandarnī prēmistāna'u.
29. I want to be a useful citizen of my nation.	నేను నా దేశానికి ఉపయోగకర పౌరురాలిగా ఉండాలనుకుంటున్నాను.	nēna'u nā dēśāki upayōgakara paururāligā uṃḍālana'ukuṇṭunnāna'u.
30. I shall go to England for further studies this year.	నేను పై చదువులకు ఈ సంవత్సరము ఇంగ్లాండుకు వెడతాను.	nēna'u pai caduva'ulaku ī saṃva"sarama'u iṃglāṇḍuku veḍa'āna'u.
31. I don't believe in formality.	నాకు మర్యాదలపట్ల పెద్దగా నమ్మకం లేదు.	nāku ma'ryādalapaṭla peddagā na'ma'makaṃ lēdu.
32. I cordially thank you very much for your hospitality.	మీ ఆతిథ్యానికి నా హృదయపూర్వక ధన్యవాదాలు తెలుపుకుంటున్నాను.	mī ātidhyāki nā hṛdayapūrvaka dhana'ya vādālu 'elupukuṇ ṭunnāna'u.
33. Finally, I hope you will overlook my faults.	చివరగా, మీరు నా పొరబాట్లను క్షమిస్తారని నమ్ముతున్నాను.	civa'ragā, mīru nā porabāṭlana'u kṣamistāra na'ma'mu'unnāna'u.
34. I wish to be always sincere to everyone.	నేను ఎల్లప్పుడు అందరిపట్ల నిజాయితీగా వ్యవహరించాలని కోరుకుంటాను	nēna'u ellappuḍu aṃdaripaṭla jāyitīgā va'yava'hariñcāla kōrukuṇṭāna'u.

APPENDIX

[illegible]

IDIOMS & PROVERBS
పదబంధము మరియు సామెతలు

IDIOMS పదబంధము

1. సింహస్వప్నం	siṃhasvapnam	Utter fear

నేరస్తులకు పోలీసులు సింహస్వప్నం

2. మార్జాల భక్తి	mārjāla bhakti	Insincere devotion

ఆమె గుళ్ళకు ఎక్కువ సార్లు వెళ్ళినా, ఆవిడది మార్జాలభక్తే.

3. మొసలికన్నీరు	mosalikannīru	Crocodile tears

ఇతరలకు కష్టం వస్తే ఆతను మొసలి కన్నీరు కారుస్తాడు

4. ముంజేతికి కంకణమేల	muñjētiki kaṅkaṇamēla	Why state the obvious

రాఘవయ్య తన తెలివితేటలు గురించి చెప్పటము అతను ముంజేతికి కంకణం వేసుకున్నట్లే.

5. జిత్తులమారి	jittulamāri	Crooked

శకుని జిత్తులమారి.

6. ముసుగులో గుద్దలాట	musugulō guddalāṭa	Fighting

వాళ్ళ ఆస్తి తగవులు ముసుగులో గుద్దులాటగా మారాయి

7. బట్ట తలవానిమీద వడగళ్ళవాన	baṭṭa talavānimīda vaḍagaḷḷavāna	Trouble come in droves

తుఫాను పుణ్యమా అంటాం వాళ్ళ స్థితి ఇప్పుడు బట్ట తలవాని మీద వడగళ్ళవాన పడ్డట్లు అయింది.

8. మోకాలుకు మెడనరం పట్టుట	mōkāluku meḍanaraṃ paṭṭuṭa	An impossibility

అతని జబ్బు అనేది మోకాలుకు మెడనరం పట్టినట్టుగా ఉంది.

9. కరువులో అధికమాసం	karuvulō adhikamāsaṃ	Additional difficulty

కరువులో అధిక మాసంగా మారింది

10. ఏటికి ఎదురాత	ēṭiki edurāta	Going against odds

అతను పరిస్థితులకు తలవంచకుండా ఎదురాత చేస్తున్నాడు

11. పిల్లి ఎలక వైరం	pilli elaka vairaṃ	Inveterate enmity

వాళ్ళిద్దరికీ పిల్లి, ఎలుక వైరం లాటిది

12. బ్రాహ్మణుడు, నల్లమేక తీరు — brāhmaṇuḍu, nallamēka tīru — Repetition makes people believe in a falsehood

ఈ రోజుల్లో వ్యాపార ప్కటనలు బ్రాహ్మణడు, నల్లమేక తీరుగా మారాయి

13. వృద్ధనారీ పతివ్రత — vṛddhanārī pativrata — Old woman is a person of character.

అరవై ఏళ్ళ తర్వాత ఆవిడ ప్రవర్తన వృద్ధనారీ పతివ్రతగా అనిపిస్తోంది.

14. కుక్క బుద్ధి — kukka buddhi — Cannot mend some person

అతనికి ఎంత సహాయం చేసినా, అతనిది కుక్క బుద్ధే.

15. కాశికి వెళ్ళినవాడు కాటికి వెళ్ళినట్లే — kāśiki veḷḷinavāḍu kāṭiki veḷḷinaṭlē — Those who went Kasi-in-earlier centuries are as good as dead

రామయ్య కాశీ యాత్రకు బయలుదేరాడు, కానా తిరిగివస్తాడు

16. మూడుపూవులూ, ఆరు కాయలు — mūḍupūvulū, āru kāyalu — Plenty and happiness

వాళ్ళ సంసార జీవితం మూడు పువ్వులు, ఆరుకాయులుగా సాగిపోతొంది.

17. కోటి లింగాల్లో ఒకటి — kōṭi liṅgāllō okaṭi — One among the many

కృష్ణుడు కోటిలింగాల్లో ఒకడు, ఆతన్ని ఎవ్వరూ పట్టించుకోపోవటానికి ఇదే కారణం

18. శబరి భక్తి — śabari bhakti — Great devotion

ఆవిడ భక్తి శబరిది మరపించేటట్టు ఉన్నది.

19. పుణ్యానికి పోతే పాపం ఎదురైనట్లే — puṇyāniki pōtē pāpaṃ eduraināṭlē — Tried to do a good thing, but ended in reverse

కొందరికి సహాయం చెయ్యటం అంటే పుణ్యానికి పోతే పాపం ఎదురైనైట్లే

20. రామ భక్త హనుమాన్ rāma bhakta hanumān — Person with devotion

రాముని పై ఆతన భక్తి రామ భక్తి హనుమాన్‌కి మించినట్లు కనిపిస్తోంది.

21. అగ్నిలో ఆజ్యం పోయుట — agnilō ājyaṃ pōyuṭa — Adding fuel to the fire

ఆవిడ చెప్పిన పితూరాలు సీతమ్మ సంసారమనే అగ్నిలో ఆజ్యం పోసినట్లుగా ఉంది.

22. చల్లట మాట callaṭa māṭa Welcome message

ఎంతటి చల్లటి మాట చెప్పారండీ!

23. ఏరు దాటిని తర్వాత ēru dāṭini tarvāta Abandon

తెప్ప తీగవెయ్యడం teppa tīgaveyyaḍaṃ

రాజకీయ నాయకులు ఎక్కువ మంది ఏరుదాటిన తర్వాత తెప్ప తీగలేస్తారు.

24. చొప్పదంటు ప్రశ్నలు coppadaṇṭu praśnalu Frivolous questions

ఆ పిల్లవాడు అడిగేవి ఎక్కవుగా చెప్పదంటు ప్రశ్నలే.

25. తాడిచెట్టు నీడ tāḍiceṭṭu nīḍa No protection

ఆమె తన అన్న సహాయం కోరడం అనేది తాడిచెట్టు నీడలో ఉండటం లాంటిది.

26. దూరపు కొండలు నునుపు dūrapu koṇḍalu nunupu Distance lends charm

కష్టపడి 15 కిలోమీటర్లు నడిచిన తర్వాత పిల్లలకు అర్థమైనదేమిటంటే దూరపు కొండలు నునుపని.

27. కొంగ జపము koṅga japamu Waiting for the victim

దొంగలు గుళ్ళదగ్గర కొంగ జపము చేస్తు తెలివితక్కువ భక్తులకోసం వెతుకుతూ ఉంటారు.

28. రామభాణం rāmabhāṇaṃ Powerful

ఆతను తన్నిన ఫుట్‌బాల్ రామబాణం లాగా గోల్లోకి చొచ్చుకు పోయింది

29. ఒంటికాల పోకట oṃṭikāla pōkaṭa Going against popular belief

ఆతను ఎవ్వరి మాటా లెక్కచేయకుండా ఒంటికాలు పోకట పోతున్నాడు.

30. రామ రాజ్యం rāma rājyaṃ Ideal kingdom

మనదేశాని రామరాజ్యంగా అవాలని ఆశించారు.

PROVERBS సామెతలు

ఐక్యతే బలము.	aikyatē balamu.	Union is strength.
ఆరోగ్యమే మహాభాగ్యము.	ārōgyamē mahābhāgyamu.	Health is wealth
బలము ఉన్న వాడిదే రాజ్యము	balamu unna vāḍidē rājyamu	Might is right.
నిజాయితియే సర్వోత్తమమైన పద్ధతి	nijāyitiyē sarvōttama maina paddhati	Honesty is the best policy
మనసుంటే మార్గముంది	manasuṇṭē mārgamundi	Where there is a will there is a way
అవసరానికి ఆదుకునేవాడే అసలైన మిత్రుడు.	avasarāniki ādukunē vāḍē asalaina mitruḍu.	A friend in need is a friend indeed.
రెండుతప్పులు ఒక ఒప్పుకావు.	reṇḍutappulu oka oppukāvu.	Two blacks make no white
పందికేమి తెలుసు పన్నీటి వాసన.	pandikēmi telusu pannīṭi vāsana.	To cast pearls before a swine.
ఎక్కడికి పోయినా చావుతప్పదు.	ekkaḍiki pōyinā cāvutappadu.	Death meets every-where
ఇంటగెలిచి రచ్చగెలువు.	iṃṭagelici raccageluvu.	Charity begins at home
ఏమిలేనివాడు ఎగిరెగరి పడతాడు	ēmilēnivāḍu egiregari paḍatāḍu	An empty vessel makes much noise.
నీటికంటే రక్తం చిక్కన	nīṭikaṇṭē raktaṃ cikkana	Blood is thicker than water.
తనకు తానే గొప్పలు చెప్పుకోవడం.	tanaku tānē goppalu ceppuko vaḍaṃ.	To blow one's own trumpet.
నిజము దాగదు	nijamu dāgadu	The cat is out of the bab
అందం ఏడుస్తుంది, అదృష్టం భోగములననుభవిస్తుంది	aṃdaṃ ēḍustundi, adṛṣṭaṃ bhōgamulananu bhavistundi	Beauty weeps, fortune enjoys'.

ఆశయే జీవితాన్ని నడిపిస్తుంది.	āśayē jīvitānni naḍipistundi.	Hope sustains life.
సముద్రములోని నీటిబిందువు.	samudramulōni nīṭibinduvu.	A drop in the ocean.
కూర్చునితింటే కొండలైనా కరిగిపోతాయి.	kūrcunitiṇṭē koṇḍalainā karigipōtāyi.	Drop by drop the lake is drained
అనుభవించేవాడికే తెలుస్తుంది నొప్పిఎంతుందో.	anubhaviñcēvāḍikē telustundi noppieṃtundō.	The wearer best knows where the shoe pinches.
తలరాతను మార్చలేము	talarātanu mārcalēmu	Fate is inevitable.
రాబోయే ఘటనలకు ముందుగా సూచనలు కనిపిస్తాయి	irābōyē ghaṭanalaku mundugā sūcanalu kanipistāyi	Coming events cast their shadows.
గాలిలో మేడలు కట్టడం.	gālilō mēḍalu kaṭṭaḍaṃ.	To make castles in the air.
కుక్కకాటుకి చెప్పుదెబ్బ	kukkakāṭuki ceppudebba	Tit for tat.
అయ్యవారు వచ్చేదాక అమావాస్య ఆట్టే ఆగదు.	ayyavāru vaccēdāka amāvāsya aṭṭē āgadu.	Time and tide wait for none.
గతి లేనమ్మకు గంజే పానకము	gati lēnammaku gañjē pānakamu	Something is better than nothing.
దీపముండగనే ఇల్లు చక్కదిద్దుకో	dīpamuṇḍaganē illu cakkadiddukō	Make hay while the sun shines.
అభ్యాసము కూసువిద్య.	abhyāsamu kūsuvidya.	Riches have wings.
మేలిమి బంగారానికి నిప్పును చూస్తే భయమెందుకు?	mēlimi baṅgārāniki nippunu cūstē bhayamenduku?	Pure gold does not fear the flame.
ఒక పువ్వుతో పూలదండ తయారుచేయలేము.	oka puvvutō pūladaṇḍa tayārucēyalēmu.	One flower makes no garland.
ఏ ప్రాంతంలో ఉన్నావో అక్కడికి తగ్గట్టుగా నడుచుకో.	ē prāntaṃlō unnāvō akkaḍiki taggaṭṭugā naḍucukō.	While in Rome do as the Romans do.
కష్టే ఫలే.	kaṣṭē phalē.	No pains, no gains.
ఏరుదాటితే, తెప్పతగలేసినట్లు.	ērudāṭitē, teppatagalēsinaṭlu.	The Danger past and god is forgotten

కంటికి కనిపించక పోతే మనసునుండి దూరమౌతారు.	kaṇṭiki kanipiñcaka pōtē manasunuṇḍidūramautāru.	Out of sight out of mind.
తొందరపాటు తనము పనికిరాదు.	tondarapāṭu tanamu panikirādu.	Haste makes waste.
కష్టాలెప్పుడు ఒక్కటిగా రావు.	kaṣṭāleppuḍu okkaṭigā rāvu.	Misfortune never come alone.
కాలిన బిడ్డ మంటను చూస్తేనే భయపడుతుంది.	kālina biḍḍa maṇṭanu cūstēnē bhayapaḍutundi.	A burnt child dreads the fire.
బద్ధకానికి బాబు బటా చోరుతనం.	baddakāniki bābu baṭā cōrutanaṃ.	Idleness is the parent of all vices.
డబ్బు డబ్బు దగ్గరే చేరుతుంది.	ḍabbu ḍabbu daggarē cērutundi.	Money begets money.
తానొకటి తలచితే, దైవమొకటి తలచినట్లు.	tānokaṭi talacitē, daivamokaṭi talacinaṭlu.	Man Proposes God disposes.
అదుపు పొదుపులేని మనిషికి అవసరానికి యేమి ఉండదు.	adupu podupulēni maniṣiki avasarāniki yēmi uṃḍadu.	To waste not want not
పాలు క్రింద పోయాక కూర్చుని ఏడిస్తే ఏం లాభం?	pālu krinda pōyāka kūrcuni ēḍistē ēṃ lābhaṃ?	To cry over spilt milk.
పెనం నుండి తప్పించుకుని పొయ్యిలో పడ్డట్టు.	penaṃ nuṇḍi tappiñcu kuni poyyilō paḍḍaṭṭu.	From frying pan to fire.
ఒకే రాయికి రెండు పిట్టలు.	okē rāyiki reṇḍu piṭṭalu.	To kill two birds with one stone.
అతిపరిచయము; కూడదు సరసము విరసము కొరకే. వరిస్తుంది.		

TELUGU-ENGLISH DICTIONARY

తెలుగు-ఇంగ్లీష్ నిఘంటు

Classified Glossary

వర్గీకరణ పదబంధము

1. బంధుత్వములు - Relations

తాత లేక జేజయ్య Grandfather
అవ్వ లేక నాన్నమ్మ లేకుంటే జేజమ్మ Grandmother
నాన్న Father
అమ్మ Mother
కొడుకు Son
కూతురు Daughter
అక్క లేక చెల్లెలు Sister
అన్న లేక తమ్ముడు Brother
చిన్నాన్న Uncle
పిన్నమ్మ Aunt
మేనత్త Aunt (Paternal)
వదిన Sister-in-law
బావమరిది Brother-in-law
తాత Grandfather
అవ్వ లేక అమ్మమ్మ Grandmother
అల్లుడు Son-in-law
మేనమామ Uncle (Maternal)
భర్త Husband
భార్య Wife
కోడలు Daughter-in-law
మేనల్లుడు Nephew
మేనకోడలు Niece
మారుతల్లి Step-mother

2. గృహోపకరణములు Domestic Articles

కుర్చీ Chair
బల్ల Table
తాళము Lock
తాళపుచెవి Key
సుత్తి లేక సమ్మెట Hammer
అద్దము Mirror
దీపము Lamp
లాందరు Lanthern
కొవ్వువత్తి Candle
అగ్గి పెట్టె Match Box
విద్యుద్దీపాలు Electric Lights
పంకా Fan
బకెట్టు Bucket
సబ్బు Soap
గొడుగు Umbrella
బుట్ట Basket
పెట్టె Box
అలమారు Almirah
గాజు సామాగ్రి Glass Utensil
కత్తెర Scissors
సూది Needle
పొయ్యి Stove
కుండ Pot
పళ్ళెము Plate
చెంచా Spoon

పడక (పరుపు) Bed
దిండు Pillow
దుప్పటి Bed Sheet
కంబళి Blanket
చాప Mat

3. వ్రాతసంబంధమైన వస్తు సామాగ్రి
Stationery

వార్తాపత్రిక Newspaper
ఖలము లేక పెన్ను Pen
కాగితము Paper
గుండుసూది pin
జిగురు Gum
తపాలా బిళ్ళ Postage stamp
రాగి తీగ Wire
సిరా సీసా Inkpot
కార్బన్ కాగితము Carbon_ paper
రేఖా పటము Map
పెన్సిలు Pencil
తపాలా కార్డు Postcard
ఫైలు File
టేపు Tape
సీలు Seal
రబ్బరు Eraser
రబ్బరు స్టాంపు Rubber stamp
చిత్తు కాగితము Waste-Paper
బుట్ట basket
ఉత్తరాన్ని ఉంచి పంపే పేపరు కవరు
Envelope
సిరా Ink
సిరాను తేలికగా పీల్చగలిగే కాగితము
Blotting paper

4. శరీరమందలి భాగములు
Parts of the body

కాలివ్రేలు Toe
వ్రేలు Finger
బొటన వ్రేలు Thumb
కన్ను Eye
పెదవి Lip
మడమ Heel
భుజము Shoulder
నడుము Waist
చెవి Ear
పుర్రె Skull
మెడ Neck
కంఠము Throat
చెంప Cheek
మోకాలు Knee
చర్మము Skin
ముఖము Face
వక్ష స్థలము Chest
వక్ష స్థలము లేక రొమ్ము Breast
తొడ Thigh
కాలేయము Liver
నాలుక Tongue
గడ్డము Chin
గడ్డపు వెంట్రుకలు Beard
పన్ను Tooth
రక్త నాళము Vein
ముక్కు Nose
వీపు Back
కడుపు, పొట్ట Stomach, Belly
కండరము Muscle
పాదము Foot
ఊపిరి తిత్తి Lung
జుత్తు Hair
చిగురు Gum
నోరు Mouth
వెన్నెముక Backbone
ఎముక Bone
అరచేయి Palm
గుండె Heart

5. జబ్బులు Ailments

కుష్ఠురోగము Leprosy
మలబద్ధకము Constipation
దగ్గు Cough
కీళ్ళవాతము Rheumatism
గడ్డ Tumour
మూగ Dumb
తలతిరుగుతున్నట్లుండుట Giddiness
తుమ్ము Sneeze
జ్వరము Fever
ఉబ్బసం వ్యాధి Asthma
తామర వ్యాధి Rignworm
రాయి Stone
చెమట Sweat
నిద్రలేమి Insomnia
చీము Pus
పచ్చకామెర్లు Jaundice
పచ్చబట్ట వ్యాధి Leucorrhoea
చీము పట్టిన కురుపు, వాపు Boil
శ్లేష్మము Phelgm
మూలశంక వ్యాధి Piles
మధుమేహ వ్యాధి Diabetes
జ్వరము Fever
పక్షవాతము Paralysis
మలము Stool
మశూచి Small-pox
తలనొప్పి Headache
వాపు Swelling
కలరా Cholera

6. **దుస్తులు మరియు వస్త్రధారణ**
Clothes & Wearing

రుమాలు లేక తువ్వాలు Napkin
చొక్కా Shirt
మందమైన దుప్పటి Blanket
కోటు Coat
పలుచని దుప్పటి Sheet
జేబు Pocket
తువాలు Towel
చేతి తొడుగు (గ్లవ్) Gloves
శాలువా Shawl
లాగు Trousers
గుండి Button
నూలు Cotton
పట్టు Silk
గౌను Gown
అరలంగా Petti-coat
శిరో వస్త్రము Turban

7. **ఆభరణములు Ornaments**

ఉంగరము Ring
చేతి కంకణము లేక గొలుసు Bracelet
గాజు Bangle
కంకణము Bangle
హారము Garland
పగడము Coral
ముత్యము Pearl
వజ్రము Diamond

8. **పుష్పములు, ఫలములు మరియు కూరగాయలు**
Flowers, Fruits & Vegetables

మామిడి కాయ Mango
ఉర్లగడ్డ Potato
ద్రాక్ష Grape
అత్తిపండు Fig
చెరకు Sugarcane
తామర పువ్వు Lotus
గుమ్మడికాయ Pumpkin
అరటి చెట్టు Plantain
ఖర్జూరము Date
క్యారెట్ Carrot
రోజా Rose

గడ్డి Grass
పుచ్చకాయ Watermelon
కొబ్బరికాయ Coconut
నారింజ పండు Orange
నిమ్మ పండు Lemon
బొప్పాయి పండు Papaya
పుదీనా మొక్క Mint
మొక్క Plant
ఎరగడ్డ Onion
కాలీఫ్లవర్ Cauliflower
క్యాబేజీ Cabbage
వంకాయ Brinjal
మిరప కాయ Chilli
వేరుచనగలు Groundnut
ముల్లంగి Radish
వెల్లులి Garlic
ఆపిల్ పండు Apple

9. **ఖనిజములు Minerals**

నేలబొగ్గు Coal
వెండి Silver
రాగి copper
పాదరసము Mercury
ఇత్తడి Brass
ఉక్కు Tin
సీసము Lead
ఇనుము Iron

10. **ధాన్యపు గింజలు మరియు ఆహారములు Cereals & Eatables**

మొక్కజొన్న Cornflour
కాఫీ గింజలు Coffee
గోధుమ Wheat
కందులు Gram
చపాతీలు Cake
టీ Tea
చక్కెర Sugar
యవలు Barley
నూనె Oil
పెరుగు Curd
మినుము Pulse
పాలు Milk
జున్ను Cheese
ఆహారము Food
వెన్న Butter
మీగడ Cream
మాంసము Meat
తీపి పదార్థములు Sweets
జామ్ (పండ్లు, పంచదార పాకము) Jam
పిండి Fine flour
రొట్టె Bread
చక్కెర Loaf-sugar
వైన్ (ద్రాక్ష సారాయి) Wine
తేనె Honey

11. వృత్తులు **Occupations**

ఉపాధ్యాయుడు Teacher
వృత్తి నిపుణుడు Artisan
వ్యవసాయదారుడు Farmer
పాదరక్షలు చేయువాడు Shoe-maker
నగల వ్యాపారి Jeweller
నేతగాడు Weaver
కంచరి Brasier
తపాలా బంట్రోతు Postman
వైద్యుడు Doctor
భూస్వామి Landlord
దర్జీ Tailor
పంటి వైద్యుడు Dentist
దుకాణాదారుడు Shopkeeper
చాకలి Washerman
కావలి వాడు Watchman
వీధి వ్యాపారి Hawker
వడ్రంగి Carpenter

యాచకుడు Beggar
బెస్తవాడు Fisherman
పడవ నడిపే వాడు Boatman
తోటమాలి Gardener
గుమాస్తా Clerk
చెత్త ఊడ్చు వ్యక్తి Sweeper
కోశాధికారి Cashier
రంగులు అద్దే వ్యక్తి Dyer
రచయిత Writer
రజకీయవేత్త Politician
కంసాలి Goldsmith
సంపాదకుడు Editor
ఉద్యోగి Employee

12. జంతువులు Animal

ఒంటె Camel
కుక్క Dog
కుందేలు Rabbit
గాడిద Donkey
ఆవు Cow
గుర్రము Horse
చుంచు Mouse
తోక Tail
గబ్బిలము Bat
పంజా Claw
కుక్క పిల్ల Puppy
మగ-మేక He-goat
ఆడ-మేక She-goat
దూడ Calf
పిల్లి Cat
కోతి Monkey
ఎద్దు Ox
ఎలుగు బంటు Bear
గొర్రె Sheep
గేదె Buffalo
గొర్రెపిల్ల Lamb
నక్క Fox
ఎద్దు Bull
గుంట నక్క Jackal
సింహము Lion
పంది Pig
జింక Deer
ఏనుగు Elephant

13. **పక్షులు Birds**

గ్రుడ్డు Egg
గుడ్లగూబ Owl
పావురము Pigeon
కోకిల Cuckoo
కాకి Crow
గ్రద్ద, రాబందు Eagle
పిచ్చుక Sparrow
గబ్బిలము Bat
గ్రద్ద Kite
రెక్క Wing
పంజరము Cage
రాకోయిల Nightingale
పుంజు Cock
కోడి Hen
మగ నెమలి Peacock
కొంగ Crane
హంస Swan

SOME IMPORTANT TELUGU VERBS

తెలుగు క్రియా పదాలు

ఇబ్బందిలో ఇరుక్కొనట	To be entangled
తల్లకిందలు చేయుట	To overturn
కునుకుపడుట	To doze
బిగించుట	To tighten
చెప్పుట	To say
వణకుట	To tremble
భోంచేయుట	To eat
ఏడిపించుట	To tease
పడుట	To fall
పాడుట	To sing
చుట్టివేయుట	To encircle
రుచించుట	To taste
వెళ్ళుట	To go
తెలుసుకొనుట	To know
గెల్చుట	To win
దున్నుట	To plough
ఊగుట	To swing
వాయిదా వేయుట	To postpone
ఊహించుట	To guess
ఆగుట	To stop
జీర్ణము చేసుకొనుట	To be digested
ధరించుట	To wear
కొట్టుట	To beat
పిల్చుట	To call
ప్రవేశించుట	To enter
తుడుపివేయుట	To wipe
చివాట్లు పెట్టుట	To rebuke

వాగుట	To chatter
పెరుగుట	To increase
చెప్పుట	To tell
వానపడుట	To rain
కూర్చొనుట	To sit
ఉద్రేకపడుట	To be excited
పరుగెత్తుట	To run
శపించుట	To curse
పట్టుకొనుట	To catch
ఎగురుట	To jump
విసరివేయుట	To throw